குரியேடத்து தாத்ரிக்குட்டி

(விலைமகளென்ற குற்றத்தை முறியடித்த ஒரு பெண்ணின் வரலாற்று ஆவணம்)

முனைவர் பேரறிவாளன் பாஸ்கரன்

B.A. (Hin), DJM, M.A., M.A., Ph.D.

நன்நூல்
பதிப்பகம்
மணலி-610203
திருத்துறைப்பூண்டி

குரியேடத்து தாத்ரிக்குட்டி
(விலைமகளென்ற குற்றத்தை முறியடித்த
ஒரு பெண்ணின் வரலாற்று ஆவணம்)
முனைவர் பேரறிவாளன் பாஸ்கரன் ©
முதல் பதிப்பு: டிசம்பர்-2024
பக்கங்கள்: 134

வெளியீடு:
நன்னூல் பதிப்பகம்
தொடர்பு எண்: 99436 24956
மணலி, திருத்துறைப்பூண்டி - 610 203
nannoolpathippagam@gmail.com
விலை ரூ.200

KURIYEDATHU THATHRIKUTTI
(A historical document of a woman
who overcame the crime of prostitution)
Dr. Perarivalan Bhaskaran ©
First Edition: December-2024
Pages: 134
ISBN 978-93-94414-66-2
Published by:
Nannool Pathippagam
Contact No. 99436 24956
Manali, Thiruthuraipoondi - 610203
nannoolpathippagam@gmail.com

Price ₹ 200

நூல் வடிவமைப்பு: சு. கதிரவன்

Printed at : ASX Printers, Chennai - 600 005.

சமர்ப்பணம்

ஆணாதிக்கத்தை தகர்க்க வீறுகொண்டெழுந்த
சகோதரி **குரியேடத்து தாத்ரிக்குட்டிக்கும்**...

எனக்குள்ளும் புரையோடிக் கிடக்கின்ற
ஆணாதிக்கப் போக்குகளின்மீது
அனுதினமும் பெரும் தாக்கத்தை
ஏற்படுத்தி வரும் என் அன்பு இணையர் –
மனையாள் **திருமதி சுகுணா கணேசனுக்கும்**...

அணிந்துரை

தனது உடல்மீது நிகழ்த்தப்பட்ட வன்முறையை எதிர்த்து...

திரு. கௌதம சன்னா,
துணைப் பொதுச்செயலாளர்
விடுதலைச்சிறுத்தைகள் கட்சி

அன்பிற்குரிய சகோதரர், முனைவர் பேரறிவாளன் பாஸ்கரன் அவர்கள் அறிவுசார் தளத்தில் தொடர்ந்து இயங்கி வருபவர். 'குரியேடத்து தாத்ரிக்குட்டி' குறித்து அவர் எழுதிய நூலை வாசித்த போது மெய்சிலிர்க்கும் உணர்வைப் பெற்றேன்.

கேரள வரலாற்றில் நிலைநிறுத்தப்பட்டிருந்த ஆணாதிக்கம் மற்றும் பெண்கள் மீதான பாலியல் சுரண்டல்களை எதிர்த்து குரியேடத்து தாத்ரிக்குட்டி முன்னெடுத்த தனிப்பட்ட போராட்டம், பெரும் சமூகப் போராட்டமாக மாறி, மலைநாட்டு மண்ணில் ஒரு மாபெரும் புரட்சியை ஏற்படுத்தியது என்பதனை மறுக்க முடியாது. அதை மிக விரிவாகவும், சுவைபடவும் இந்நூலின் மூலம் முனைவர் பேரறிவாளன் பாஸ்கரன் அவர்கள் விளக்கியிருப்பது பாராட்டுக்குரியது. தாத்ரிக்குட்டி இன்றைய கேரளத்தில் மிகப் பிரபலமான ஒரு பெண்ணிய போராளியாக கருதப்பட்டாலும் ஆணாதிக்கவாதிகளால், விபச்சாரத்தை ஊக்கப்படுத்திய ஒரு தேர்ந்த விலைமகள் என்றே பரப்புரை செய்யப்பட்டு வந்திருக்கிறார்.

இந்தியாவில் பாலியல் ஒழுக்கக்கேடுகள் மிகுந்த ஒரு சமூகம் இருந்தது என்றால், அது பார்ப்பன சமூகம் என்பதில் எந்தவிதமான மாற்றுக் கருத்தும் கிடையாது. ஆனால், அதிலேயும் சமூகத்தில் தீண்டத்தகாதவர்களைத் தவிர்த்து, அனைத்து சமூக பிரிவினரையும் தங்களின் பாலியல் சுரண்டலுக்கு உட்படுத்தியதில் கேரள நம்பூதிரி களின் கொட்டம் புகழ்பெற்றது. நம்பூதிரி பார்ப்பனர்கள் எந்த வீட்டிற்குள்ளும் நுழையலாம். அவர்களது செருப்பு ஒரு வீட்டின் வாசலில் இருந்தால், அந்த குடும்பத்தைச் சேர்ந்தவர்கள் வெளியே காத்திருக்க வேண்டும். இத்தகைய தொரு சமூக கட்டமைப்பை அக்காலத்தில் நம்பூதிரி பார்ப்பனர்கள் உருவாக்கி இருந்தார்கள்.

இவர்களின் பாலியல் சுரண்டல்களைப் பற்றி புரட்சி யாளர் அம்பேத்கர் மிக விரிவாகவே விளக்கி இருக்கின்றார். கேரளத்து நாயர் பெண்கள் கல்யாணம் செய்து கொள் வதற்கு முன்பு, ஒரு நம்பூதியிரியுடன் இரவைக் கழித்தே ஆக வேண்டும் என்கின்ற கட்டமைப்பை அவர்கள் உருவாக்கி, அதை நிலை நிறுத்தி இருந்தார்கள். இத்தகைய சூழலில், ஏழை நாயர் சமூகப் பெண்கள், நம்பூதிரி பிராமண இளைஞர்களுடனோ அல்லது எந்த வயது உடையவனிடமோ கன்னி கழிப்பதற்கு, பெண்ணைப் பெற்ற தாயே நம்பூதிரிகளிடம் போய் கெஞ்ச வேண்டும் என்கின்ற நிலையில்தான், நாயர் சமூகப் பெண்கள் இருந் தார்கள். இத்தகைய அவல நிலையைப் புரட்சியாளர் அம்பேத்கர் மிக விரிவாக எழுதியிருக்கின்றார். அந்த இழிநிலை இப்புத்தகத்தை வாசிக்கிற போது எனக்கு நினைவுக்கு வருகிறது.

ஒன்பது வயது சிறுமியாக இருக்கும்போதே பாலியல் சுரண்டலுக்கு ஆளான கல்பகேசரி இல்லத்தைச் சேர்ந்த நம்பூதிரியின் மகளான சாவித்ரி, 55 வயதான, சம்மந் தெட்டா என்னும் ஊரைச் சேர்ந்த இராமன் தாத்ரி என்பவருக்குத் திருமணம் செய்து வைக்கப்பட்டபோது

அவளுக்குப் 11 வயதுதான் ஆகியிருந்தது. ராமன் தாத்ரிக்கு அது ஐந்தாவது திருமணம். அதற்குப் பிறகு அப்பெண் தாத்ரிக்குட்டி என அழைக்கப்பட்டார். ஏறக்குறைய முதிர்ந்த வயதினராகவே இருந்த ராமன் தாத்ரி, தான் திருமணம் செய்த சிறுமியைத் தனது சகோதரர் பாலியல் சுரண்டலுக்கு அனுமதிக்கிறார். பிறகு பல்வேறு தருணங் களில் அக்குடும்பத்தைச் சேர்ந்த ஆண்கள் தாத்ரிக் குட்டியைப் பாலியல் வேட்டையாடுகிறார்கள். ஒரு சிறுமியின் உடல் மீது கேரள இந்து சனாதன தர்மம், எவ்வளவு தூரம் தனது சுரண்டலைச் செலுத்தியிருக்கிறது என்பதை இதன் மூலம் புரிந்து கொள்ள முடிகிறது.

தனது வயதின் காரணமாக அறிவுத் தெளிவும், புரிதலும் வந்த பிறகு, தன் உடல் மீது இச்சமூகம் நிகழ்த்திய கொடும் தாக்குதலை, தனது உடல் மூலமாகவே எதிர்கொள்ள முடியும் என்று தாத்ரிக்குட்டி ஒரு திட்டத்தை உருவாக்கு கிறார். அது, அடுத்த பத்து ஆண்டுகளில் மிகக் கடுமையான ஒரு தாக்குதலை நம்பூதிரி சமூகத்தின் மீது மட்டுமில்லாமல், ஒட்டுமொத்த இந்து சனாதன தர்மத்தின் மீதும் பெரும் இடியென இறங்கியது. சமூகத்தின் முன்னணி பிரமுகர் களுடன் உடல்ரீதியான தொடர்புகளை ஏற்படுத்திக் கொண்டு அவர்களை தனது வளையத்திற்குள் கொண்டு வந்தார் தாத்ரிக்குட்டி. இறுதியாக தனது கணவனான ராமன் நம்பூதிரியின் பாலியல் அழைப்புக்கு இணங்கு கின்றார். ஏற்கனவே நான்கு திருமணம் செய்து கொண்ட இராமன் நம்பூதிரி, பெண்கள் மீது கொண்ட பாலியல் வேட்கையினால், புகழ்பெற்ற ஒரு பாலியல் பேரழகியாக அக்காலத்தில் ஏதோ ஒரு புனைபெயரில் புகழ்பெற்றிருந்த சாவித்ரி எனும் தாத்ரிக்குட்டி, தனது கணவனுடன் அதிகாரப்பூர்வமற்ற ஒரு பாலுறவை மேற்கொள்கிறார். முடிவில் இராமன் நம்பூதிரி, தான் உறவுகொண்ட பெண் தனது மனைவியேதான் என்று அறிந்தவுடன் அதிர்ச்சி அடைகின்றான். இந்தத் துரோகத்தை தனது கிராமத்தின்

தலைவரிடம் தெரிவித்து தாத்ரிக்குட்டியின் மீது விசாரணை மேற்கொண்டு தண்டிக்க வேண்டும் எனக் கேட்டுக் கொள்கின்றான்.

இச்சம்பவம் நமக்கு ஒரு முரணான செய்தியைச் சொல் கிறது. சனாதன இந்து தர்மத்தில் வேரூன்றிய நம்பூதிரி பார்ப்பனர்கள், எத்தனை பெண்களுடன் உறவு வைத்துக் கொண்டு விபச்சாரத்தை மேற்கொண்டாலும், அது எவ்விதத்திலும் குற்றமில்லை. அதற்கு நேர்மாறாக பல ஆண்களால் ஒரு பெண் சீரழிக்கப்பட்டு இருந்தாலும், தனது விருப்பத்தின்படி ஒரே ஓர் ஆணுடன் அவள் தனது பாலுறவை மேற்கொண்டால், அது கற்பு நிலை தவறியதாக கருதப்பட்டது. அதாவது, அவளது உடல் எத்தனை பேரால் சீரழிக்கப்பட்டாலும், அவள் கற்பிழந்தவளாக கருதப்பட்டதில்லை. மனதளவில், அவள் ஏதோ ஒருவனை நேசித்துவிட்டாலே, அவள் கற்பு இழந்தவளாக கருதப்படும் சூழல் அக்காலத்தில் நிலவியது. இந்த முரணான சூழலை எதிர்கொள்ள வேண்டும் என்பது தாத்ரிக்குட்டியின் திட்டமாக இருந்திருக்க வேண்டும். எனவே, அவர் விசாரணைக்குத் தயாராகவே இருந்தார் என்று தெரிகிறது. கணவன் புகார் அளித்தவுடன் அக்கால வழக்குப்படி "ஸ்மார்த்த விசாரம்" எனப்படும் சமூக விசாரணை மேற் கொள்ளப்பட்டு தாத்ரிக்குட்டி குற்றவாளிக் கூண்டில் நிறுத்தப்படுகிறார். ஆனால், எதற்கும் பதில் அளிக்காமல் மௌனம் காத்ததன் விளைவாக, அரசரிடம் முறையிடப் பட்டு, அரசரின் ஆணைக்கிணங்க விசாரணை தீவிரமாக்கப் படுகிறது.

இவ்விஷயம் தீவிரமானதற்குக் காரணம் தாத்ரிக்குட்டி தொடக்கத்திலேயே தனது குற்றத்தை ஒப்புக் கொள்கின்றார். அவர், தன்னுடன் ஏராளமான பேர் உறவில் இருந்தார்கள் என்று கூறியதன் மூலம் பலர் இதில் சிக்குவார்கள் என்று எதிர்பார்க்கப்பட்டது. ஆனால் அவர்களது பெயரை சொல்ல மாட்டேன் என்று கடைசி வரை விடாப்பிடியாக

இருந்த தாத்ரிக்குட்டி, ஓர் ஒப்பந்தத்தில் வெற்றி பெறுகிறார். அதாவது, தனக்கு வழங்கப்படும் தண்டனையை என்னுடன் உறவில் இருந்த அனைத்து ஆண்களுக்கும் வழங்க ஒப்புக் கொண்டால் மட்டும்தான் விசாரணைக்கு ஒத்துழைக்க முடியும் என்று, அவர் விதித்த நிபந்தனையை விசாரணை அதிகாரி ஏற்றுக் கொள்கிறார். பிறகு சமூகத்தில் புகழ்பெற்றவர்கள், அறிஞர்கள், அரசியல் தலைவர்கள், உயர் சாதியினர் ஆகியோர் தாத்ரிக்குட்டியுடன் பாலியல் உறவு கொண்டுள்ளனர் என்ற விவரம் தெரிய வருகிறது. கடைசியில், முக்கியமான ஒருவரது அடையாள மோதிரத்தைத் தாத்ரிக்குட்டி காண்பித்தவுடன் அரசர் விசாரணையை முற்றாக நிறுத்தி விடுகின்றார். ஆனால், சிக்கிய *64* ஆண்களுக்கு மட்டும் தாத்ரிக்குட்டியின் ஒப்பந்தத்தின்படி சமூக விலக்க தண்டனை அளிக்கப்படுகிறது என்பதை இந்நூல் விரிவாக பதிவு செய்கிறது.

இவற்றையெல்லாம் சீர்தூக்கிப் பார்க்கின்ற பொழுது தாத்ரிக்குட்டியினுடைய இப்போராட்டத்தை எவ்வகையில் நாம் மதிப்பீடு செய்வது? இந்து சமூகம் ஓர் ஆணாதிக்கச் சமூகம் என்பது ஒரு பக்கம் இருந்தாலும், இந்து சனாதன தர்மம் என்பது பெண்ணுடல் மீது கட்டமைக்கப்பட்ட ஒரு பெரும் கோட்டை என்று நாம் உருவகப்படுத்திக் கொள்ளலாம். இந்த அழுத்தத்தை எளிய பெண்களால் நிச்சயம் எதிர்கொள்ள முடியாது. மிக பலமாக கட்டியெழுப்பப்பட்டுள்ள ஆணாதிக்க கோட்டையின் அழுத்தத்தில் அவர்கள் நிச்சயம் புதைந்து போய் விடுவார்கள். எனவே தான், தனது உடல் மீது நிகழ்த்தப்பட்ட பெரும் கொடுமையை எதிர்த்துக் கேட்கின்ற துணிச்சல் தாத்ரிக்குட்டிக்கு இருந்தாலும் கூட, மக்களைத் திரட்டி போராடுகின்ற எந்த விதமான வாய்ப்பும் அவருக்கு அக்காலத்தில் இல்லை என்பதை நாம் எளிதில் புரிந்து கொள்ளலாம்.

அன்றைய கேரளத்தில், ஒவ்வொரு சமூகமும் தூர தூரமாக விலகியும் - தனித்தனியே ஒரு வளையத்தில்

இருக்கின்ற பொழுது, எந்த வளையத்தையும் இத்தகைய கட்டமைப்பையும் உடைக்க முடியாத ஒரு தனி நபராக இருந்த தாத்ரி, வேறு வழியின்றி தனது உடலையே ஓர் ஆயுதமாகப் பயன்படுத்தியது, கேரள வரலாற்றில் மிக முக்கியமான புரட்சிகர முன்னெடுப்பு என்று நான் கருதுகிறேன். எப்படிப் பார்த்தாலும் தாத்ரிக்குட்டிக்கு உடல் மட்டுமே ஆயுதம், உடல் மட்டுமே வளம், உடல் மட்டுமே அரசியல், உடல் மட்டுமே புரட்சிக்கான ஒரு வித்தாக இருந்தது என்று தான் புரிந்து கொள்ள முடியும். ஆனால், அதற்காக அவர் செய்தது சரி - தவறு என்று தீர்மானிக்கும் அதிகாரம் யாருக்கும் இல்லை. என்னைப் பொறுத்தவரையில் முதலும் முடிவாக சரி.

பாதிக்கப்பட்ட ஒருவர் தனக்கான ஆயுதத்தை எப்படி வேண்டுமானாலும், எதை வேண்டுமானாலும் தேர்ந்தெடுக்கலாம். ஆனால், தனது உடலை அவர் எதிர் ஆயுதமாக எடுத்ததின் மூலம் பெண்ணுடல் மீது ஒட்டுமொத்தமாக சமூகம் கட்டமைத்திருந்த அத்தனை புனிதங்களையும் துகள் துகளாக உடைத்து நம்பூதிரி சமூகத்தின் ஆணாதிக்க கோட்டையின் கடைக்கல்லையே ஆட்டம் காண வைத்திருக்கிறார் தாத்ரிக்குட்டி. ஒருவேளை இந்தப் போராட்டத்தை அவர் வெற்றிகரமாக நடத்தி இருக்கா விட்டால் என்ன நடந்திருக்கும்? யோசித்துப் பார்த்தால், அதிர்ச்சியாகத்தான் இருக்கிறது. கேரளா சமூகம் இந்தியாவில் இருக்கும் மற்ற உயர்சாதி இருபிறப்பாளர் சமூகங்களில் இருந்து கொஞ்சம் வேறுபட்ட ஒரு சமூகம்தான். அது ஆணாதிக்கச் சமூகமாக இருந்தாலும், இன்றைக்கும் அது பெண்வழி சமூகத்தின் தாக்கம் கொண்ட அல்லது தாய்வழிச் சமூகத் தாக்கம் கொண்டதாக இருந்து வருகிறது. ஆனால், தந்தை வழி சமூகத்திற்கும் தாய்வழிச் சமூகத்திற்கும் இடையிலான முரண்பாடும், போராட்டமும், அங்கே நீண்ட காலமாக இருந்து வந்தாலும் கூட, சனாதன மதம் அதை லாவகமாகக் கையாண்டு நம்பூதிரி பிராமணர்களை உச்சத்தில் கொண்டு போய் வைத்திருந்தது.

இந்தத் தாய்வழி சமூக அமைப்பும், கேரள பிராமண சமூகத்தில் பெண்கள் ஓர் அடுக்கில் வைக்கப்பட்டு, குடும்பத்தில் உள்ள அனைத்து ஆண்களும் வேட்டையாடு வதற்கான பாலியல் சுதந்திரத்தை தருவதற்காகவே அவ் வமைப்பு முறையை கேரள பிராமணர்கள் தக்கவைத்துக் கொண்டார்கள் எனக் கருதுகிறேன். தாத்ரிக்குட்டியின் இந்தப் போராட்டம் மட்டும் நிறைவு பெறாமல் போயிருந் தால், இன்னும் கூட கேரள சமூகம் இறுகிப் போய்தான் இருந்திருக்கும். ஏனென்றால் பெண்கள் தங்களது உடல் மீது நிகழ்த்தப்பட்டுள்ள வன்முறையையும், சாதிய கட்டு மானத்தையும் உடைப்பதற்கு உடலே மிகப்பெரிய ஆயுதமாக இருக்கின்றது. பெண்களின் உடல்மீது கட்டப் பட்ட இந்தப் புனித பிம்பங்கள் உடைக்கப்படாத வரை சாதிய கட்டுமானமோ, ஆணாதிக்க சமூகமோ, உடைபடு வதற்கு வாய்ப்பே இல்லை. இது பெண்கள் மீதான நேரடித் தாக்குதலாகும்.

இந்த நேரடி தாக்குதலிலிருந்து அச்சமயம் தப்பிக்க வேண்டுமானால், மாற்று வழியாக சமூகப் புரட்சியின் மூலமாகவோ, நீண்ட பிரச்சாரத்தின் மூலமாகவோ, சமூக செயல் திட்டங்களின் மூலமாகவோ, இந்த நிலையை நாம் அடைய முடியும் என்றாலும் கூட, அது சுற்றி வளைத்து வருகின்ற ஒரு செயலாகத்தான் இருக்கும். அதற்கு நீண்ட காலம் எடுக்கலாம். ஆனால், நேரடி நடவடிக்கை என்கின்ற அடிப்படையில் தாத்ரிக்குட்டி போல யாரோ ஓரிருவர் தனது உடலையே ஆயுதமாக்கி, தனது போராட்டத்தை முன்னெடுக்கிறபோது, அது நேரடி தாக்குதலாகவும், சனாதன இந்து தர்மத்தின் ஆணாதிக்கச் சுரண்டலின் மீது நேரடியாக இறங்கிய கோடரியாகத்தான் இருக்கும். அந்த வகையில் தாத்ரிக்குட்டியின் போராட்டமானது மிக உன்னதமானது, எந்தவிதமான கலங்கமுமற்றது என்பதை உறுதியாகச் சொல்ல முடியும். பெண்ணுடல்மீது இருக் கின்ற மாயையைக் கட்டுடைத்து, இன்றிலிருந்து நூறு

ஆண்டுகளுக்கு முன்பே அதை அம்பலப்படுத்திக் காட்டி யிருக்கின்ற தாத்ரிக்குட்டியின் புரட்சிகரமான போராட்டம் இன்றைய கேரளப் பெண்களுக்கு மட்டுமல்ல, தென்னிந்திய பெண்களின் வளர்ச்சிக்கான ஒரு குறியீடாகவே நான் பார்க்கின்றேன்.

தாத்ரிக்குட்டியின் புகழ் இக்காலத்திலும் போற்றப் படுவதற்கு முனைவர் பேரறிவாளன் பாஸ்கரன் கொண்டு வந்துள்ள இச்சிறு நூல் நல்வழி காட்டும் என்று நான் நம்புகின்றேன். இந்நூலை மிகுந்த சிரத்தையோடும் சுவை படவும் எழுதியுள்ள முனைவர் பேரறிவாளன் பாஸ்கரன் அவர்களுக்கு எனது நெஞ்சம் நிறைந்த வாழ்த்துகளையும், பாராட்டுகளையும் தெரிவித்துக் கொள்கின்றேன். இந்த நூலினை அனைவரும் படித்துப் பயன்பெற வேண்டும் எனக் கேட்டுக் கொள்கின்றேன். நன்றி..

17.9.2024 இப்படிக்கு,
சென்னை – கௌதம சன்னா

மதிப்புரை

ஆணாதிக்கச் சமூகத்தின்மீது ஒரு பெண் வீசிய சவுக்கடி

தோழர் ஓவியா,
நிறுவனர், புதிய குரல்

'குரியேடத்து தாத்ரிக்குட்டி' என்கின்ற நூல் முனைவர் பேரறிவாளன் பாஸ்கரன் அவர்களால் எழுதப்பட்டிருக்கிறது. இந்நூலின் தலைப்பின் அடியிலேயே 'விலைமகளென்ற குற்றத்தை முறியடித்த ஒரு பெண்ணின் வரலாற்று ஆவணம்' என்று கூறப்பட்டிருக்கிறது. இதைவிட சிறப்பான அறி முகத்தை இந்த நூலுக்கு தந்துவிட முடியாது. தாத்ரிக்குட்டி குறித்த வரலாற்றை என்னுடைய வாழ்விடிணையர் திரு. ஏ.பி. வள்ளி நாயகம் அவர்களும் ஏற்கனவே ஒரு நூலாக கொண்டு வந்திருக்கிறார். அவர் எழுதிய நூல்களில் அதுவே கடைசி நூலாகும்.

தாத்ரிக்குட்டி கேரளாவைச் சேர்ந்தவர். இக்கதை கேரளா நம்பூதிரிகள் மற்றும் நாயர்கள் பற்றிய, அடிப்படை யான சில உண்மைகளை எடுத்தியம்புகிறது. ஒடுக்கப்படும் ஓர் இனம் எப்போதும் அந்த ஒடுக்குமுறைக்குள் உறங்கிக் கொண்டிருப்பதில்லை. அவ்வப்போது பெரும் கீறல்களாக வெடித்து கிளம்பும் கலகங்களை அது நிகழ்த்திக்கொண்டே இருக்கிறது.

இது உண்மைக் கதை; நடந்த கதை. பெண் பாலியல் பண்டமாக்கப்பட்டிருக்கும் ஒரு சமுதாயத்தில், ஒரு பெண்

அதனையே தனது பற்றுக் கோலாகப் பற்றிக்கொண்டு, தனது போராட்டத்தை நடத்தினார், அவர்தான் தாத்ரிக் குட்டி. தனக்கு விதிக்கப்பட்ட எல்லைகளுக்குள்ளாகவே அதனை அவள் ஒரு சாகசமாக நடத்திக் காட்டினார். அவர் மீது பூட்டப்பட்ட அடிமைத்தளையே அவரின் ஆயுதமாக மாறுகிறது.

தனக்கென எந்த உரிமையும் இல்லாத வாழ்வில், ஆண்களின் இச்சைக்கான பொம்மையாக அவளின் குடும்பமே அவளை ஆக்கிய போழ்து, அவர் தன்னை நாடி வந்த அனைத்து ஆண்களையும் தனது பொம்மையாக மாற்றினார். பலரை மயக்கியது பாவம் என்று தண்டனை மன்றம் அமைக்கப்பட்டது. அதில் தாத்ரிக்குட்டி கேட்ட ஒரு கேள்விதான் இன்று அவரின் வரலாறு, நம்மை படிக்க வைத்திருக்கிறது.

ஒரு பாலியல் வன்புணர்வு நிகழ்ந்தால் இன்று வரை இந்தச் சமுதாயத்தில் பாதிக்கப்படுபவர்கள் பெண்களாகவே இருக்கிறார்கள். வெளியே அந்தத் தவறு செய்த ஆண்கள் எவ்வித அச்சமும் இன்றி வாழ முடிவதாகவே இன்று வரை நிலை இருக்கிறது. அதுவரை பிற பெண்கள் கேட்காத ஒரு கேள்வியை அவர் கேட்டார். அந்தக் கேள்வி என்னவெனில், 'நான் செய்தது குற்றம் என்றால் என்னோடு படுத்தவர்கள் செய்தது குற்றம் இல்லையா?'

அரசர் அதிர்ந்தார். ஆனால் அவரது மனசாட்சி அந்தக் கேள்வியில் கட்டுப்பட்டது. இயேசு நாதர் கூட, 'தங்கள் மீது குற்றமில்லாதவர்கள் ஒரு விலைமாதரை குறை சொல்லட்டும்' என்றார். ஆனால் அந்த ஆண்களை தண்டிக்க சொல்லவில்லை. ஏனெனில் இயேசுநாதரிடம் அந்தப் பாதிக்கப்பட்ட பெண் மன்னிப்புதான் கேட்டார். ஆனால் தாத்ரிக்குட்டியோ அந்த ஆண்களுக்கான தண்டனையைக் கேட்டார்.

அரசர் அவளுடன் உறவுகொண்ட ஆண்களையும் தண்டிக்க இசைகிறார். ஆனால், தாத்ரிக்குட்டியின் கைகள்

நீண்ட இடங்களோ... தண்டனை மன்றமோ தனது மூச்சை நிறுத்திக் கொண்டது. ஒரு பெண் திருப்பிக் கேட்டாள், அந்தக் கேள்வியில் அத்தனை ஆண்களும் தண்டனைக்கு உள்ளானார்கள். இது ஆணாதிக்கச் சமூகத்தின்மீது ஒரு பெண் வீசிய சவுக்கடி.

இத்தகையதொரு வரலாற்று ஆவணத்தை நமக்குப் படைத்து கொடுத்திருப்பதற்காக முனைவர் பேரறிவாளன் பாஸ்கரன் அவர்களை நாம் பாராட்ட கடமைப்பட்டிருக்கிறோம். இதுபோன்ற பல்வேறு உண்மை வரலாற்றை அவர் தொடர்ந்து வெளிக்கொணர வேண்டும் என என் வாழ்த்துகளைத் தெரிவித்துக் கொள்கிறேன். இன்றைய பெண்கள் நமது வரலாறைத் தெரிந்துகொள்ள அவசியம் படிக்க வேண்டிய புத்தகம் இது.

09.10.2024   தோழமையுடன்,
சென்னை   ஓவியா

வாழ்த்துரை

Er. K. ஆனந்தன், GM – ONGC,
Ex. சேர்மன், அனைத்திந்திய
SC/ST ஊழியர் நலச்சங்கம்.

அன்பிற்குரிய சகோதரர், முனைவர் பேரறிவாளன் பாஸ்கரன் அவர்கள் அறிவுசார் தளத்தில் தொடர்ந்து இயங்கி வருபவர். குரியேடத்து தாத்ரிக்குட்டி குறித்து அவர் எழுதிய நூலை வாசித்தபோது மெய்சிலிர்க்கும் உணர்வைப் பெற்றேன்.

இன்றிலிருந்து நூறாண்டுகளுக்கு முன்பே பெண்களின் விடுதலைக்கான தளத்தில், தனி ஒருவராக நின்று களம் கண்ட தாத்ரிக்குட்டியின் வராலாறு அனைத்து பெண் களிடமும் சென்று சேர வேண்டிய ஓர் அரிய பொக்கிஷ மாகும்.

ஆணாதிக்க சிறையிலிருந்து பெண்களை விடுவிக்க எண்ணிய தாத்ரிக்குட்டியின் சிந்தனையும், அப்போரில் அவர் கையாண்ட உத்திகளும், அன்றைய சமூக சூழலோடு பொருத்திப் பார்க்கின்றபோது நம்மை பிரமிக்க வைக்கின்றது.

இத்தகைய தருணத்தில் தாத்ரிக்குட்டியை நூல் வடிவில் படைத்து அனைவரிடமும் கொண்டு சேர்க்கும் அரிய

முயற்சியை மேற்கொண்டிருக்கிற முனைவர் பேரறிவாளன் பாஸ்கரன் அவர்களை மனமார பாராட்டுவதோடு இந்நூலை அனைத்து பெண்களிடமும் கொண்டு சேர்க்க வேண்டியது ஜனநாயக சக்திகளின் கடமையாகும் என அறைகூவல் விடுக்கிறேன். நன்றி.

25.9.2024
தேராதூன்

வாழ்த்துகளுடன்,
Er. K. ஆனந்தன்

ஆசிரியர் குறிப்பு...

குரியேடத்து தாத்ரிக்குட்டி குறித்த முதல் அறிமுகம் எனக்கு youtube வலையொளிகள் மூலமாகத்தான் கிடைத்தது. அவருடைய போராட்டக் குணமும், பெண்களின் விடுதலைக்கான சிந்தனையும், அவரது பெரும் வேட்கையும் என்னை ஆச்சர்யத்தில் ஆழ்த்தின. அவர் முன்னெடுக்கப் போகின்ற போராட்டத்தால், சந்திக்க இருக்கின்ற பிரச்சனைககள் குறித்து அவர் பிரக்ஞைபூர்வமாகவே இருந்தார், அனைத்துக்கும் தயாராகவே இருந்தார். பெண் விடுதலையை மட்டுமே இலக்காகக் கொண்டிருந்தார் என்பதை அறிந்து கொண்ட பிறகு குரியேடத்து தாத்ரிக்குட்டி குறித்து நிறைய வாசிக்க வேண்டும் என்று ஆசைப்பட்டு வலைதள பக்கங்கள், பக்கம் போனேன். அங்கே எனக்குக் கிடைத்த தகவல்கள் என்னை மிகவும் பிரமிப்பில் ஆழ்த்தின. அதைத் தொடர்ந்து ஆலங்கோடு லீலா கிருஷ்ணன் அவர்கள் எழுதிய குரியேடத்து தாத்ரிக்குட்டியின் ஸ்மார்த்த விசாரம் நூல் கிடைத்தது.

அந்நூலினூடாகவும், தாத்ரிக்குட்டி குறித்து எழுதப் பட்ட மற்ற நூல்கள், ஆய்வுக் கட்டுரைகள் போன்றவற்றை தேடித் தேடி படிக்க ஆரம்பித்தேன். அது தாத்ரிக்குட்டியின்

மீதும், அவருடைய தீர்க்கமான முயற்சிகளின் மீதும் எனக்குத் தீராத காதலை ஏற்படுத்தியது. வரலாற்றில் தன்னை தியாகம் செய்து, பெண்விடுதலையை நிறுவிய அந்த மகத்தான பெண்மணியைக் குறித்து எழுத வேண்டும் என்று எனக்குள் பேரார்வம் ஏற்பட்டது. அதன் விளைவாகவே இந்நூல் இப்போது உங்கள் கைகளில் தவழ்கிறது.

இந்நூலுக்கு மிகக் கடுமையான சமூகப் பணிகளுக்கு மத்தியில், மிகச் சிறப்பான அணிந்துரை வழங்கியிருக்கிற விடுதலைச் சிறுத்தைகள் கட்சியின் துணைப் பொதுச் செயலாளரும், எழுத்தாளரும், வழக்கறிஞரும், தமிழ்நாடு பௌத்த சங்க கவுன்சிலின் தலைமை ஒருங்கிணைப்பாளருமான தோழர் கௌதம சன்னா அவர்களுக்கு என்னுடைய நெஞ்சார்ந்த நன்றியினை உரித்தாக்கிக் கொள்கிறேன்.

இந்நூலுக்கு மதிப்புரை வழங்கியிருக்கின்ற புதியகுரல் நிறுவனர், தோழர் ஓவியா அவர்களுக்கு எனது உளம்கனிந்த நன்றியினை உரித்தாக்கிக் கொள்கிறேன். இந்நூலுக்கு வாழ்த்துரை வழங்கியிருக்கிற போற்றுதலுக்குரிய பண்பாளர் எஸ். ஆனந்தன், GM-ONGC அவர்களுக்கு எனது நெஞ்சார்ந்த நன்றிகள்.

இந்நூலினை மிகச் சிறப்பாக அச்சிட்டு பதிப்பித்திருக்கின்ற திருத்துறைப்பூண்டி நன்னூல் பதிப்பகத்திற்கும், அதன் உரிமையாளர் திரு. மணலி அப்துல் காதர் அவர்களுக்கும், என்னுடைய நெஞ்சார்ந்த நன்றியினைத் தெரிவித்துக் கொள்கிறேன்.

என்மீது எந்நேரமும் அன்பைப் பொழிந்து, பெரும் அக்கறை கொண்டிருக்கும் என் தாயார் திருமதி பா. பானுமதி அவர்களுக்கும், கடும் வறுமையிலும் எங்களுக்காக உழைத்து, இச்சமூகத்தை எதிர்கொள்ளும் வகையில் எங்களை வலிமைமிக்கவர்களாய் படைத்து, இம்மண்ணை விட்டுச் சென்றாலும் என்றைக்கும் எங்களை

ஆசிர்வதித்துக் கொண்டிருக்கும் எம் தந்தை தெய்வத்திரு. பாஸ்கரன் ராஜகோபால் அவர்களுக்கும் எனது உளப்பூர்வ மான நன்றிகள்.

எங்களின் வளர்ச்சிக்காக தன்னுடலை உருக்கி, உழைத்து, எம்மை ஆளாக்கி, சமீபத்தில் எங்களைத் துயரக் கடலில் ஆழ்த்தி விட்டுச் சென்ற எங்கள் தாய்வழிப் பாட்டி தெய்வத்திரு. ராஜம்மாள் காத்தான், அவரின் தியாகத்தைத் திருப்பிச் செலுத்த முடியாது, நன்றிகள் மட்டும்.

இந்நூலை மிக அழகான முறையில் வடிவமைத்திருக் கிறார் நண்பர் சு. கதிரவன். அவருக்கு என்னுடைய நெஞ் சார்ந்த நன்றியினைத் தெரிவித்துக் கொள்கிறேன்.

என்னுடைய எழுத்துப் பணிகளுக்கு எப்போதும் ஊக்க மளித்து வரும், தஞ்சை மண்டல பூர்வ பௌத்த சங்கத்தின் திருவாரூர் மாவட்ட ஒருங்கிணைப்பாளர், ஆசிரியர், செ. செல்வகுமார் அவர்களுக்கு என்னுடைய நெஞ்சார்ந்த நன்றியினைத் தெரிவித்துக் கொள்கிறேன்.

என் அன்புக்குரிய நண்பர், தோழமை, திரு. ப. அன்பரசன் அவர்களுக்கு என்னுடைய நெஞ்சார்ந்த நன்றிகள் பல.

என்னுடைய சமூகப் பணிகளுக்கு எப்போதும் உறு துணையாக இருக்கும் என் மனைவி, திருமதி சுகுணா கணேசன் அவர்களுக்கு எனது உணர்வுப் பூர்வமான நன்றிகள்.

நாற்பது வயதை நெருங்கிவிட்ட பொழுதில், குடும்பச் சுமைகளும், சமூக அழுத்தங்களும் நம்மை நெருக்குகின்ற வேளையில், என்னை முப்பொழுதும் மகிழ்ச்சிக் கடலில் ஆழ்த்திக் கொண்டிருக்கும் என் அன்பு மகள்கள்; இனியா ரோசா லக்சம்பர்க் மற்றும் வெண்பா சங்கமித்ராவிற்கும் ஓராயிரம் முத்தங்கள்...

- முனைவர் பேரறிவாளன் பாஸ்கரன்

பொருளடக்கம்

அணிந்துரை	...	4
மதிப்புரை	...	12
வாழ்த்துரை	...	15
ஆசிரியர் குறிப்பு	...	17
1. நம்பூதிரிகளின் கேரளா	...	23
2. சாவித்ரியின் இளமைக் காலம்	...	36
3. தாத்ரிக்குட்டி அந்தர்ஜனம்	...	41
4. ஸ்மார்த்த விசாரம்	...	45
5. நிழல் உலகில் தாத்ரிக்குட்டி	...	61
6. தாத்ரிக்குட்டியின் ஸ்மார்த்த விசாரம்	...	67
7. ஸ்மார்த்த விசாரத்திற்குப் பின்பு	...	82
8. தாத்ரி செய்தது புரட்சியா? விபச்சாரமா?	...	94
9. தாத்ரிக்குட்டி – சாவித்ரிபாய் புலே – டாக்டர் முத்துலட்சுமி: ஓர் ஒப்பாய்வு	...	103
10. தாத்ரி சில அவதானிப்புகள்	...	122
உதவிய நூல்கள் மற்றும் இணையதளங்கள்	...	130

1
நம்பூதிரிகளின் கேரளா

1200 C.E. முதல் *1900* C.E. வரையிலான காலகட்டத்தின் போது, நம்பூதிரிகள் கேரள சமூகத்தின் சாதியப் படிநிலையில் பெரும் ஆதிக்கம் செலுத்தினர். சுதந்திரத்திற்கு முன் மலபார் மாவட்டம், திருவிதாங்கூர் மற்றும் கொச்சின் அடங்கிய கேரளாவில், நம்பூதிரி பிராமணர்கள் தங்களை பூசாரி வகுப்பினராக உருவாக்கிக் கொண்டு, சமூகத்தில் உள்ள மற்ற எல்லா சாதிகளையும் ஆண்டு வந்தனர்.

கேரளாவில் 1957ஆம் ஆண்டில் நிலச் சீர்திருத்தம் ஏற்படுத்தப்படும் வரை பாரம்பரிய, பெரும் நிலப் பிரபுக்களாக இருந்த நம்பூதிரி பிராமணர்கள், மலபார் பகுதியில் பெரும் பகுதி நிலத்தைச் சொந்தமாக வைத்திருந்தனர். அவர்கள் கேரளாவில் மதம், அரசியல், சமூகம், பொருளாதாரம் மற்றும் கலாச்சாரம் என அனைத்துத் தளங்களிலும் ஆதிக்கம் செலுத்தினர். அவர்கள் கொச்சின் மன்னரின் ஆலோசகர்களாகவும் இருந்ததோடு, கொச்சின் மன்னர் மீது அதிக அதிகாரத்தையும் செல்வாக்கையும் கொண்டிருந்தனர். நம்பூதிரி சமூகப் பெண்கள் எந்தவொரு நீதி அல்லது சமத்துவ, அடிப்படை உரிமைகளைப் பெறப் போராடிக் கொண்டிருந்த அதே வேளை, நம்பூதிரி ஆண்கள்

தங்களுக்குச் சொந்தமான நிலத்தின் அளவு மற்றும் ஏகபோக உரிமை காரணமாக ஏராளமான நிதிப் பாது காப்பை அனுபவித்தனர்.[1]

கேரள சமூகத்தில் நம்பூதிரிகள் வைத்ததுதான் அக் காலத்தில் சட்டமாக இருந்தது. அதற்கு மன்னர்களே உடன் பட்டுத்தான் ஆக வேண்டும் என்கிற நிலைமையில்தான் கேரள சமூகம் இருந்தது. நம்பூதிரி பிராமணர்கள், பட்டர்கள் (தமிழ் பிராமணர்கள்) மற்றும் எம்பிரந்திரிகள் (துளு பிராமணர்கள்) மீதும் தங்களது மேலாதிக்கத்தை, மேன்மையை நிலைநாட்டி இருந்தனர். மேலும், அவர்கள் பணக்கார நிலப்பிரபுக்களாக இருந்ததால் கடினமான கைமுறை சார்ந்த வேலைகளைச் செய்யவில்லை. அவர்கள் அறிவுசார்ந்த அல்லது புனிதச் சடங்குகள் தொடர்பான வேலைகளை மட்டும் மேற்கொண்டார்கள்.[2]

கேரள கிராமங்களில் தலைவர்களாக ஆறு ஸ்மார்த்தர்கள் தலைமை தாங்கினர். கேரள சமூகத்தில் எல்லாவிதமான அதிகாரமும் நம்பூதிரிகளின் கைகளில் இருந்தாலும் கூட, ஒவ்வொரு நம்பூதிரி குடும்பத்தைப் பொறுத்த வரை 'மூஸ்ஸாம்புரி' என்றழைக்கப்படுகிற குடும்பத்தின் மூத்த ஆண் மகன்தான் அனைத்து அதிகாரத்தையும் சுவைக்க முடியும். மிகக் குறிப்பாக பெண்களுக்கு எந்தவொரு விஷயத்திலும், எவ்வித உரிமையும் கிடையாது. கேரள சமூகத்தில் நம்பூதிரிகளுக்கு எக்கச்சக்க சொத்துக்கள், நிலபுலங்கள் இருந்தாலும் நம்பூதிரி குடும்பத்தைச் சேர்ந்த பெண்கள் எதையுமே அனுபவிக்க முடியாத நிலையில்தான் இருந்தார்கள்.

நம்பூதிரிகள் பெரும் நிலத்தை உடைமையாக வைத் திருக்கவும், அது பிரிக்கப்படாமல் இருப்பதை உறுதி

---

1 Divya Sethu, How a 'Promiscuous' 18-YO Kerala Woman Dismantled A Notorious Caste-Based Ritual. - January 20, 2021
2 Kuriyedathu thathris smarthavicharam, quintessentiallyurs.wordpress. com - a-peek-into-history, 17/12/2013

செய்யவும், ஆணாதிக்க நம்பூதிரி சாதியினர் தம் குடும்பத்தில் உள்ள மூத்த மகன் மட்டுமே திருமணம் செய்து கொள்ள அனுமதித்தனர். இதனால் சமூகத்தில் உள்ள இளம் பெண்கள் மற்றும் இளைய சகோதரர்களின் இயல்பான வாழ்க்கைக்கான உரிமைகள் மறுக்கப்படுவதால் சமூகத் திற்குள் உளவியல், பாலியல் மற்றும் சமூக அதிருப்திக்கு வழிவகுத்தது. இவற்றுக்கான எதிர்விளைவுகள் பாலியல் குற்றங்களாகக் கருதப்பட்டன. மேலும், கற்பு நெறி சார்ந்த விதிமுறைகளில் இருந்து மீறுவோர் அல்லது விலகுபவர்களின் எண்ணிக்கை அதிகரிக்க இது வழிவகுத்தது.[3]

மூத்த மகனுக்கு அடுத்து இருக்கக்கூடிய சகோதரர்கள் எல்லாம் வேதம் படித்து விட்டு, கடவுள் - கோவில் என தங்கள் காலத்தைக் கழிக்க வேண்டுமே தவிர, திருமணம் செய்து கொள்ளக்கூடிய வாய்ப்பு என்பது அவர்களுக்கு அறவே கிடையாது. இதன் பொருள் இளைய சகோதரர்களுக்கு மனைவிகள் இருக்க முடியாது. ஆனால், அதை ஈடுகட்டுவதற்கு வேறு ஒரு வழியும் இருந்தது. அதாவது, கேரள சமூகத்தில் நம்பூதிரிகளுக்கு அடுத்த நிலையில் இருந்த 'இல்லத் நாயர்' பெண்களுடன் முறையான சம்பந்தம் செய்து கொள்ள அனுமதிக்கப்பட்டது.[4]

அதாவது உடல் தேவைகளுக்காக, உடல் இச்சைகளைத் தீர்த்துக் கொள்வதற்காக கேரள சமூகத்தின் படிநிலையில் நம்பூதிரிகளுக்குக் கீழே இருக்கக்கூடிய பெண்களிடம் அவர்கள் உடலுறவு வைத்துக் கொள்ளலாம். அப்படி உடலுறவு வைத்துக் கொள்வதன் மூலம் குழந்தைகள் பிறந்தால், அந்தக் குழந்தைகள் கீழ் சாதிக் குழந்தைகளாகவே கருதப்படும். அந்தக் குழந்தைகள் நம்பூதிரி வீட்டில் சேர்த்துக்கொள்ளப்பட மாட்டார்கள். அந்தக் குழந்தை

3 *N. Vandhana Nair, Re - Reading Smarthavicharam, International Journal of English Literature and Social Sciences, Vol - 6, Issue - 5, Sep - Oct, 2021, P.21*

4 *Maddy's Ramblings, Kuriyedathu thathriyude Smarthavicharam, 23/07/09*

களுக்கு நம்பூதிரிகள் பக்கம் இருந்து எந்தவிதமான அனுகூலமோ, பலன்களோ கிடைக்காது. நம்பூதிரி குடும்ப சொத்துக்களில் உரிமையும் கோர முடியாது. அக்குழந்தை களின் தாய்மார்கள் சமூகத்தின் படி நிலையில் எந்த இடத்தில் இருந்தார்களோ அதே நிலையில்தான், நம்பூதிரிகள் உடனான உறவில் பிறந்த குழந்தைகளும் இருப்பார்கள், அதே சாதியில் தான் தொடர்வார்கள். அந்த நம்பூதிரி எந்தப் பெண்ணுடன் உடலுறவு கொண்டதனால் குழந்தைகள் பிறந்ததோ, அந்தப் பெண்ணையும் நம்பூதிரி குடும்பத்தில் சேர்த்துக் கொள்ள மாட்டார்கள். அவள் எந்தச் சமூக அடுக்கில் இருந்தாளோ அங்கேயே இருப்பாள்.

மறுபக்கம், நம்பூதிரி குடும்பத்து பெண்களின் ஒழுக்க - ஆச்சாரங்களை நிலைநாட்ட நம்பூதிரி பிராமணர்கள் முனைந்த போதிலும், அன்று இருந்த மேல் சாதி நம்பூதிரிகள் மற்றும் இடைநிலை சாதிகளுக்கு இடையிலே இருந்த திருமண உறவுகளை நாம் கணக்கில் கொண்டுதான் ஆக வேண்டும். நம்பூதிரி குடும்பத்தில் இருந்த பல மனைவி திருமண முறைகளையும், அதே போல நம்பூதிரிகளுக்கு அடுத்த கட்டத்தில் வைக்கப்பட்டிருந்த இடைநிலை சாதிக் குடும்பங்களின் திருமண உறவுகளில் நிலவிய பல கணவன்கள் முறைகளையும் நாம் கணக்கில் எடுத்துக் கொள்ள வேண்டும். நம்பூதிரிகள் குடும்பத்தில் சொத்துக்கள் பிரிந்து விடாமல் இருப்பதற்காக நம்பூதிரி குடும்பத்தில் மூஸ்ஸாம்புரி என்று அழைக்கப்படும். குடும்பத்தின் மூத்த மகனுக்கு மட்டுமே திருமணம் செய்ய அனுமதி இருந்ததால், அதே குடும்பத்தைச் சேர்ந்த இதர ஆண்கள் தங்களுடைய உடல் தேவைகளுக்காக பிராமணர்களுக்கு அடுத்த நிலையில் இருந்த, கேரள கோவில்களில் பணிபுரிந்து வந்த நம்பியார், வாரியார், பொதுவா ஆகிய சாதியைச் சேர்ந்தவர் களின் வீடுகளிலும் அதே போல சத்திரியர்கள் என்று அழைக்கப்பட்ட நாயர்கள் குடும்பங்களிலும் தடையற்ற பாலுறவினை தொடர்ச்சியாக வைத்திருந்தார்கள். இடைநிலைச் சாதிப் பெண்களை அணுகுவது சமூக

வழக்கமாக இருந்திருக்கிறது. அப்படி பார்த்தோம் என்றால் நம்பூதிரி குடும்பத்தில், மூஸ்ஸாம்புரி பல பெண்களை திருமணம் செய்து கொள்வதும், அதே நம்பூதிரி குடும்பத்தைச் சேர்ந்த பிற ஆண்களின் உடல் தேவைகளுக்காக, சமூகத்தில் அவர்களுக்கு அடுத்த நிலையில் இருந்த இடைநிலை சாதிப் பெண்கள் கிட்டத்தட்ட விபச்சாரத்தில் ஈடுபடுவது போன்ற நிலைக்கு தள்ளப்படுவதும் கேரளச் சமூகத்தில் பெரும் முரணாக இருந்திருக்கிறது.[5]

காலனித்துவத்தின் வருகையுடன், நாட்டின் பல பகுதிகளில் பல நச்சு - மதப் பழக்கவழக்கங்கள் நகைப்பிற் குள்ளானதோடு தமக்கான இருப்பை மறைத்துக் கொண்டன அல்லது அழிந்தன. ஆனால், நம்பூதிரி பெண்கள் முக்காடுக் குள் தொடர்ந்து முடக்கப்பட்டனர். மேலும், அவர்களுக்குச் சொத்துரிமை மறுக்கப்பட்டது. நம்பூதிரி குடும்பத்தை சேர்ந்த பெண்களுக்கு கல்வி மறுக்கப்பட்டது. அவர்கள் வீட்டை விட்டு வெளியே வர முடியாது. பிற ஆண்களை ஏறெடுத்துக் கூட பார்க்க முடியாது. அவள் எப்போதும் ஒரு தாசியுடன்தான் (பணிப்பெண்) இருக்க வேண்டும், தங்க ஆபரணங்கள் அணிந்திருந்தாலும் கூட தன் முகத்தை எப்போதுமே மூடி முக்காடிட்டுக் கொள்ள வேண்டும்.[6]

நம்பூதிரி குடும்ப பெண்கள் முகத்தை அவளுடைய கணவன் மற்றும் தந்தை மட்டும்தான் பார்க்க முடியும். உடன்பிறந்த அண்ணனாக இருந்தாலும் கூட ஒரு குறிப்பிட்ட வயதுக்குப் பிறகு அந்தப் பெண்ணின் முகத்தைப் பார்ப்பதற்கு அனுமதி கிடையாது. அவர்கள் வீட்டிற்குள் இருந்தாலும் முக்காடு போட்டப்படிதான் இருக்க வேண்டும். இவர்கள் எந்த ஆணையும் ஏறெடுத்தும் பார்க்கக் கூடாது, எந்த ஆணும் அவர்களை ஏறெடுத்துப்

---

5 Alankodu Leelakrishnan, *Thathirikuttiyin Smartha Visharam*, p. 15 -16, Sandhya publications, Chennai, 2012.
6 P Bhaskaranunny, *Smarthavicharam*, Sahithya sahakarana sangham, kottayam, 2000, p.11

பார்த்துவிடக் கூடாது எனும் கட்டமைப்பில் நம்பூதிரிகள் தம் குடும்பத்துப் பெண்களை வைத்திருந்தார்கள்.

இந்த நம்பூதிரி வீட்டுப் பெண்கள் வீட்டை விட்டு வெளியே வரக்கூடாது. வீட்டிற்கு உள்ளேயே இருக்க வேண்டியவர்கள் என்பதால் இவர்கள் 'அந்தர் ஜனம்' என அழைக்கப்பட்டனர். அதாவது உள்ளே இருக்கக்கூடிய மக்கள், காலையில் சடங்கு குளியல், கீர்த்தனைகள் மற்றும் சமையலறை வேலைகள் மட்டுமே அந்தர்ஜனத்தின் நடவடிக்கைகளாக அனுமதிக்கப்பட்டன. அவர்களது பயணம் கோவில்களுக்கு அல்லது அவர்களது நெருங்கிய உறவினர்களின் வீட்டிற்கு மட்டுமே இருந்தது. ஆனால், அதுவும் ஒரு வேலைக்காரியுடன் (தாசி) செல்ல வேண்டி யிருந்தது. இதனால், கேரளாவின் நம்பூதிரி பிராமணப் பெண்கள் முழுக்க முழுக்க பெண் வேலையாட்களால் சுமந்து செல்லப்பட்ட திரையால் சூழப்பட்டனர். "நம்பூதிரி பெண்கள் வெளியில் செல்லும் இடமெல்லாம் குடை எடுத்துச் செல்வார்கள். ஆண்களுக்குத் தங்கள் முகம் தெரியாமல் இருக்க வேண்டும் என்பதற்காக. அவர்கள் தலை முதல் கால் வரை துணியால் மூடப்பட வேண்டும், நகைகள் அணியக் கூடாது. ஒரு நாயனார் பெண் முன்னே வந்து அவளைப் பார்க்க வேண்டும். இவை அனைத்தும் பரசுராமனால் வகுக்கப்பட்ட விதிகள்."

விழாக்கள் மற்றும் வாழ்க்கையின் பிற அம்சங்களில், பெண் பாகுபாடு அதிர்ச்சியூட்டும் அளவிற்கு இருந்தது. கருத்தரித்தப் பிறகு முதல் சடங்கு பும்சவனம் ஆகும். இயல்பாகவே இதில் எதிர்பார்க்கப்படும் குழந்தை ஆணாக இருக்கும். பெண் குழந்தைக்கு எதிரான இந்தப் பாரபட்ச மான அணுகுமுறை அவளது வாழ்நாள் முழுவதும் தொடர்ந்ததோடு அவளின் இருப்பு பற்றிய அனைத்து விவரங்களிலும் நம்பூதிரி வாழ்க்கை முறை இவ்வாறே கட்டமைக்கப்பட்டது. பெண் குழந்தைகள் சுதந்திரமற்றவர்கள் மட்டுமல்ல, தாம், தங்கள் சகோதரர்களை விட ஒரு படி

கீழே இருக்க வேண்டியவர்கள் என்பதை புரிந்து கொள்ளும் விதத்தில் வளர்க்கப்பட்டனர். பெண் குழந்தைகளின் கல்வி என்பது வாசிப்பு, எழுதுதல் மற்றும் அடிப்படை எண் கணிதம் மட்டுமே. அதே சமயம் ஆண் குழந்தையின் கல்வியானது; அவனது வாழ்நாள் முழுவதும் விரிவான கற்றல் மற்றும் செயல்முறைக் கல்வியாகவு இருந்தது. மேலும், பெண் குழந்தைகள் வீட்டிலும் சமூகத்திலும் தாங்கள் இரண்டாவது இடத்தை மட்டுமே ஆக்கிரமித்திருப்ப தாக உணர வைக்கப்பட்டனர். மேலும், இந்த உணர்வை வளர்ப்பதற்காகவே நம்பூதிரி குடும்பப் பெண்களின் அன்றாட வாழ்வானது, சடங்குகள் மற்றும் நம்பிக்கையின் அடிப்படையில் வடிவமைக்கப்பட்டிருந்தன.

அந்தர்ஜனம் வழிபாட்டிற்காகவும் தனித்தனி இடங்களைக் கொண்டிருந்தது. மேலும், அவர்களின் சடங்குகளில் அவர்கள் மீது பல்வேறு கட்டுப்பாடுகள் விதிக்கப்பட்டன. உதாரணமாக, பெண்கள் கோஷமிடுவதற்கும், ஆண்களைப் போன்ற பிற சடங்கு நிகழ்ச்சிகளை செய்வதற்கும் அனுமதிக்கப்படவில்லை. மேலும், முதல் மாதவிடாய்க்குப் பிறகு, நம்பூதிரி பெண் இல்லத்தை விட்டு வெளியேற அனுமதி இல்லை. நெருங்கிய உறவினர்களைக் கூட பார்க்க அனுமதிக்கப்படவில்லை.

அதேபோல, அந்தர்ஜனத்தின் ஆபரணங்கள், உண்மை யில், தடைகளின் ஒரு மூச்சுத் திணறல்களாக இருந்தன. அவள் தங்க ஆபரணங்கள் மற்றும் மூக்குத்தி அணிய அனுமதிக்கப்படவில்லை. பயணத்தின் போது, அவள் தன் கற்பைக் காக்க அனைத்து முன்னெச்சரிக்கை நடவடிக்கை களையும் எடுக்க வேண்டும். உணவு சமைப்பதும், கணவ னுக்குப் பரிமாறுவதும், குழந்தைகளைப் பேணுவதும் பெண்மையின் சாரமாக கற்பிக்கப்பட்டது. கணவன் பயன்படுத்தும் வாழை இலையில்தான் மனைவியும் உண்ண வேண்டும். கணவனின் கால்களைக் கழுவுவதற்குப் பயன்

படுத்தப்படும் நீர் மனைவிக்கு தீர்த்தம் (புனித நீர்) என்கிற அளவிற்கு கற்பிக்கப்பட்டது.

நம்பூதிரி வீட்டுப் பெண்களுக்கு மிகவும் சிறிய வயதிலேயே திருமணம் செய்து வைத்து விடுவதோடு, இந்தத் திருமணத்திற்குள் மிகப் பெரிய கொடுமையும் சேர்ந்து அரங்கேறி யிருக்கிறது. வில்லியம் லோகன், தனது 'மலபார் மேனுவல்' என்னும் நூலில், "மலையாளி சாதிகளில் நம்பூதிரி பிராமணர்கள் மிகவும் பழமைவாத மற்றும் குறுகிய மனப்பான்மை கொண்டவர்கள்" என்று குறிப்பிட்டுள்ளார்.[7]

நம்பூதிரி குடும்பத்து பெண்கள் மூன்று விதமான துன்பங்களை அக்காலத்தில் அனுபவித்து வந்தார்கள். ஒன்று, நம்பூதிரி ஒருவரைத் திருமணம் செய்து கொண்ட பெண், தான் திருமணம் செய்து இருக்கிற நம்பூதிரியினுடைய பல மனைவிகளில் ஒருவராக இருந்து அடுப்பங்கரையில் சக்களத்தி சண்டையில் ஈடுபடுவதும், பல மனைவிகளில் ஒருவராக தன்னுடைய காம இச்சைகளை அடக்கிக் கொண்டும், மனிதத் தன்மை இழந்து அடங்கி வாழ்ந்து கொண்டிருந்தாள்.

இரண்டாவது, திருமணமே ஆகாத நம்பூதிரி குடும்பத்து பெண்கள், தங்களுடைய அனைத்து ஆசைகளையும் அடக்கிக் கொண்டு முதிர்கன்னிகளாக வாழ்ந்து மடிந்தார்கள். விதவைகளோ சமூகத்தில் மிகவும் அவமதிப்புக் குரியவர்களாக நடத்தப்பட்டனர். மூன்றாவது, விதவைகளின் மறுமணம் தடைசெய்யப்பட்டிருந்ததால், பல இளம் விதவைகள் ஆண்களின் காம களியாட்டங்களுக்கு இரை யாகினர். மொத்தத்தில் நம்பூதிரி சமூகத்தில் பெண்கள் முற்றிலும் புறக்கணிக்கப்பட்ட குழுவாக இருந்தனர். ஆடை அணிவது, குளிப்பது மற்றும் உறங்குவது மட்டுமே அவர்களுடைய தேவை என்று நம்பிய மனிதர்கள் அவர்களை வெறும் உயிரினங்களாக மட்டும் கருதினர்.

---

7 Sharafunnisa KM, Body of Antarjanams Through Female the Trails of Thathri, p. 26, "Knowledge Scholar", ISSN NO.2394-5362, volume: 07, Issue: 05, Sept. -Oct. 2020,

திருமணம் செய்து கொள்ளாமல் முதிர் கன்னிகளாக வாழ்ந்து மறைந்த பெண்களால் நம்பூதிரி குடும்பங்களுக்கு சாபம் வந்து சேரும் என்று எண்ணிய நம்பூதிரிகள், அந்த சாபத்தைத் தவிர்ப்பதற்காக ஓர் சடங்கினைச் செய்து வந்தார்கள். இறந்துபோன அந்தப் பெண்ணின் சவத்தோடு உடலுறவு கொள்வதற்கு ஓர் ஆண் நியமிக்கப்பட்டிருந் தார். இத்தகைய உடலுறவுக்குப் பின்தான் அந்தப் பெண்ணின் சவம் மயானத்திற்குக் கொண்டு செல்லப்படும். இத்தகைய காரியத்தை 'நீசகர்மம்' என்று அழைத்தார்கள். இந்த நீசகர்மத்தில் அந்தப் பெண்ணின் சவத்தோடு உடலுறவு கொள்பவன் எப்போதும் ஒரு தாழ்ந்த சாதிக்காரனாக இருந்தான். அந்தத் தாழ்ந்த சாதிக்காரனை 'நீசன்' என்று அழைத்திருக்கிறார்கள்.[8]

பயணம் செய்யும் பெண்கள் தங்களைப் போர்வையால் (கோஷா) மூடிக் கொள்வதோடு தங்கள் பாரம்பரிய குடையைக் கொண்டு மற்ற ஆண்களால் தம்மைப் பார்க் காமல் இருக்க பயன்படுத்த வேண்டும். மேலும், அவர்கள் பணிப்பெண்ணின் பின்னால் நடக்க அறிவுறுத்தப்படு கிறார்கள். அந்தர்ஜனம் வெள்ளை நிற ஆடையை மட்டுமே அணிந்திருக்க வேண்டும். தங்க ஆபரணங்களைப் பயன் படுத்துவது கண்டிப்பாக தடைசெய்யப்பட்டிருந்தது. ஆனால், வெள்ளி அல்லது பித்தளை ஆபரணங்களை மட்டும் பயன்படுத்த அனுமதிக்கப்பட்டது.

ஓர் அந்தர்ஜனம், அவளின் தலைமுடியை அலங் கரிக்கவோ அல்லது அவளின் நெற்றியில் வண்ணப் பொட்டு வைத்திருப்பதோ விரும்பப்படவில்லை. திருமணச் சின்னமான தாலியைக் கட்ட பருத்தி நூலைப் பயன்படுத்த அனுமதி உண்டு. அவர்களின் கால்கள் மற்றும் கைகளில் வேறு எந்த ஆபரணமும் அணிந்துகொள்ள அனுமதிக்கப் படவில்லை. வேலைக்காரி (தாசி) மற்ற ஆண்களுடனான

---

8 Alankodu Leelakrishnan, op. cit., p.17

அந்தர்ஜனத்தின் நடத்தையை கவனமாக கண்காணிக்க வேண்டும் என்று எதிர்பார்க்கப்பட்டது.⁹

சமூகத்தில் உயர் நிலையில் உள்ளவர்களாக தங்களை நிறுவிக் கொண்ட நம்பூதிரிகள் ஒழுக்கத்திலும் ஆசாரத்திலும் தாங்கள் தான் உயர்ந்தவர்கள் என்று பிறரை நம்ப வைத்த நம்பூதிரிகளில் பலர் வேசிகளின் வீடுகளிலேயே கிடந்தது தான் உண்மை. அவர்கள் வேசிகளின் அழகினை புகழ்ந்து, ஆராதித்து அவர்ளுக்கு பல்வேறு பட்டங்களை வழங்கி அவர்களின் இல்லங்களில் ஏறி இறங்கினார்கள் என்பது வரலாறு. 'களப்பள்ளி இத்தி உமா' என்கின்ற ஒரு வேசிக்கு 'மாற சேமந்திக்கா' என்று இந்த சிறப்புப் பெயர் சூட்டி தேவதாசிகளை நம்பூதிரிகள் மகிழ்ச்சிப்படுத்தியதாக, நம்பூதிரிகளின் கவிகளைப் பற்றி சொல்லப்படுவதாக கூறுகிறார் ஆலங்கோடு லீலாகிருஷ்ணன்.

விலைமாதர்களின் வீடுகளிலே சென்று கொட்டமடித்த நம்பூதிரி பிராமணர்கள் தங்கள் இல்ல பெண்கள் தவறுதலாகக் கூட எந்த ஆணையாவது கண்டு விட்டால் ஸ்மார்த்த விசாரம் நடத்தி அவர்களைத் தம் குலத்திலிருந்து வெளியேற்றுவதற்கு அவர்களின் சமூக ஆச்சார சட்டங்கள் வாய்ப்பாக அமைந்தன.¹⁰

நம்பூதிரி வாழ்க்கை முழுவதுமே அந்தர்ஜனத்தின் கன்னித்தன்மையை உறுதிப்படுத்துவதற்காக வடிவமைக்கப் பட்டது. இது அந்தர்ஜனத்தின் நிலை. மறுபுறம், நாயர் பெண்கள் எந்த ஆணையும் படுக்கைக்கு அழைத்துச் செல்லலாம். அது ஒழுக்கக் கேடானதாக கருதப்பட வில்லை.¹¹

---

9 Fr. Pallath J. Joseph, WOMEN AND CASTE DISCRIMINATION: The Namboothiri-Dominated Period of Kerala Culture and Society,16/08/2002.
10 Alankodu Leelakrishnan, op. cit., p. 25-26
11 op. cit., quintessentiallyurs.wordpress.com.

மேலே நாம் கூறியது போல நம்பூதிரிகள் குடும்பத்தில் முதலாவதாக பிறந்த ஆண் மட்டுமே திருமணம் செய்து கொள்ள முடியும். 'ரண்டாமன்' என்று அழைக்கப்படுகிற குடும்பத்தில் இரண்டாவதாக பிறந்த ஆண்மகன் திருமணம் செய்ய வேண்டுமென்றால், சாஸ்திரத்தில் அதற்கான சில வழிமுறைகளும் இருக்கின்றன. 'பரிவேதனம்' என்று அழைக்கப்படும் சடங்கை செய்து கொள்வதன் மூலம் குடும்பத்தில் இரண்டாவதாக பிறந்த ஆண்மகன் திருமணம் செய்து கொள்ள முடியும். முதலாவதாக, மூஸ்ஸாம்புரி என்றழைக்கப்படுகின்ற முதல் மகனுக்கு தீராத வியாதி இருக்கின்ற பட்சத்தில் அவன் இந்தச் பரிவேதனம் என்கின்ற சடங்கினைச் செய்து, இரண்டாம் திருமணம் செய்துகொள்ள முடியும்.

இரண்டாவதாக, புண்ணகரம் என்று அழைக்கப்படும் நரகத்திலிருந்து தம்முடைய முன்னோர்களை காப்பாற்றி சொர்க்கத்திற்குச் செல்ல வேண்டுமானால், இறந்து போன ஆணுக்கு முறையான காரியங்களைச் செய்வதற்கு ஒரு மகன் வேண்டும். அந்த சந்ததியை உருவாக்குவதற்காக ரண்டாமன் திருமணம் செய்து கொள்ள வேண்டும்.[12]

அதாவது குடும்பத்தில் மூத்த ஆண்மகன் புத்திர பாக்கியம் இல்லாதவனாக இருந்தாலோ அல்லது அவனுக்கு தீரா நோய் இருந்தாலோ, இந்தப் பரிவேதனம் என்று அழைக்கப்படுகின்ற வைதிக முறையிலான சடங்கினை செய்வதன் மூலம் இரண்டாவதாக பிறந்த ஆண் மகன் திருமணம் செய்து கொள்ள முடியும். ஆனாலும், அந்த நம்பூதிரி குடும்பத்தின் மூத்த மகன் எத்தகைய தீரா வியாதிக்காரனாக இருந்தாலும், அவன் எத்தனை திருமணம் வேண்டுமானாலும் செய்து கொள்ளலாம். அதற்கு எந்தவித தடையும் இல்லை.

---

12 Alankodu Leelakrishnan, op. cit., p., P.36.

பொதுவாக நம்பூதிரிகள் குடும்பத்தில் மூத்த ஆண்மகன் தான் திருமணம் செய்து கொள்ள முடியும் என்கிற நிலைமை இருந்ததனால், கேரள நம்பூதிரிகள் சமூகத்தில் நிறைய பெண்கள் திருமண வயதை அடைந்தும், திருமணம் ஆகாமல் இருந்தார்கள். திருமணம் செய்து கொள்ள உரிமையுடைய மூஸ்ஸாம்புரிகளின் எண்ணிக்கையோ மிகவும் குறைவாக இருந்தது.

இந்த மாதிரியான சூழ்நிலையில் ஓர் ஆணுக்கு நிறைய பெண்களைத் திருமணம் செய்து கொடுப்பதும், பத்து வயது பெண்ணை 55 வயது ஆணுக்குத் திருமணம் செய்து கொடுப்பதும் மிகப் பரவலாக இருந்து வந்தது. பதின்ம வயதிற்குள் நுழையும் பல நம்பூதிரி பெண்கள் தங்கள் வாழ்க்கையின் இறுதிக் கட்டத்தில் இருந்த மூத்த நம்பூதிரி களை மணந்துகொள்ள வேண்டிய கட்டாயத்தில் இருந் தார்கள். சமையலறை மற்றும் படுக்கையறையின் சுவர் களுக்குள் பூட்டப்பட்ட இந்தப் பெண்கள், தனிமை மற்றும் விரக்தியுடன் வாழ்க்கையை நடத்த வேண்டியிருந்தது.[13]

அறுபது அல்லது எழுபது வயது கிழவர்களுடன் நடக்கும் திருமணங்கள், பெண்ணின் கன்னித்தன்மையை மையம் கொண்டதாய் இருந்தது. அதைக் காப்பதும், அதை ஒட்டிய சாதிய தூய்மை பற்றிய கருத்துகளும் நிறைந்து இருந்தன. 1915ஆம் ஆண்டில், அந்தர்ஜனங்களின் தவறான நடத்தையைக் குறிக்க "அடுக்களைதோஷம்" என்ற புதிய சொல் பயன்படுத்தப்பட்டது, அதாவது சமையலறை மாசுபாடு - பெண் உடல் - சமையலறை மற்றும் வீட்டோடு இது இணைக்கப்பட்டது.[14]

எப்போதேனும் நம்பூதிரி சாதிப் பெண்கள், பிற சாதி ஆணோடு தன் வீட்டை விட்டு வெளியேறித் திருமணம் செய்து கொள்வதும் நடந்திருக்கிறது. ஒரு நாயர் ஆணுடன்

---
13 The Story of Kuriyedath Thathri and the end of the Smarthavicharam, Gods own trials.
14 Sharafunnisa KM, P.29.

நம்பூதிரி பெண் தன் வீட்டை விட்டு வெளியேறித் திருமணம் செய்தபின் அவர்களுக்குக் குழந்தை பிறந்தால் அக்குழந்தைகள், 'நம்பீசன்' என்றோ, 'வாரியர்' என்றோ அல்லது 'மாரார்' என்றோ அழைக்கப்படுவார்கள். இருப்பினும், அவள் தாழ்ந்த சாதியைச் சேர்ந்த ஒருவருடன் முறைகேடாகவோ அல்லது சட்டவிரோதமாகவோ உடலுறவு கொள்ள நேர்ந்தால், அவள் இல்லத்தை (வீட்டை) விட்டு வெளியேற்றப்படுவாள்.[15]

---

15 Joseph J. Thayamkeril, Trials of Chastity or 'Smartha - Vicharam', Excerpts from; MEMOIRS - An autobiography, Kochi, Kerala, India.

2
சாவித்ரியின் இளமைக் காலம்

பத்தொன்பதாம் நூற்றாண்டின் இறுதிக் காலகட்டம் அது. கேரள சமூகத்தின் மிக உயர்ந்த அடுக்கில் தம்மை இருத்திக் கொண்ட நம்பூதிரி பிராமணர்களையும், அவர்களைத் தொடர்ந்து நாயர்கள், ஈழவர்கள், புலையர்கள் என கேரள சமூகத்தை மேல் கீழ் அடுக்குகளில் வைத்து பார்க்க முடியும். 19ஆம் நூற்றாண்டின் இறுதிக் கால கட்டத்தில், அன்றைய கேரளாவின் திருச்சூர் மாவட்டத்தில் முகுந்தபுரம் தாலுக்காவில், பலப்பள்ளி என்கிற ஊர் இருந்து. ஆறங்கோட்டுக்கரை என்னும் ஊரில் இருந்து, தேசமங்கலம் செல்லும் பிரதான சாலையில் ஒன்றரை கிலோ மீட்டர். தூரத்தில் கூப்பிடும் தூரம் நடந்தால், அங்கே பழைய கார்த்தியாயினி கோவில் இருக்கிறது. அதற்கு எதிர்ப்புறம் 'கல்பகேசரி' இல்லம் என்ற ஓர் இல்லம் உண்டு.

இயற்கை எழில் கொஞ்சும் கிராமம் அது. அவ்வூரில் 'கல்பகேசரி' என்கின்ற வகையறாவைச் சேர்ந்த அஷ்ட மூர்த்தி நம்பூதிரி என்பவர் வாழ்ந்து வந்தார். அந்தக் காலத்தில் நம்பூதிரிகள் தங்களுடைய குடும்ப வகையறாக் களைத் தம் பாட்டன் - பூட்டன்களின் பெயர்களைக் கொண்டு பிரித்திருந்தார்கள். தங்களுடைய குடும்பத்தை

ஒட்டுமொத்தமாக தங்களுடைய முப்பாட்டன்களின் பெயரை வைத்துதான், அடையாளப்படுத்தி வந்தனர். பலப்பள்ளி கிராமத்தில் 'கல்பகேசரி இல்லம்' என்கிற வகையறா இருந்தது. அந்தக் குடும்பத்தில் பிறந்தவள்தான் சாவித்ரி. நம் கதையின் நாயகி. பதிவுகளின்படி, அவள் 1885ஆம் ஆண்டு பிறந்ததாகக் கூறப்படுகிறது.

அஷ்ட மூர்த்தி நம்பூதிரி அக்காலத்தில் மகா பண்டிதர். அவர் சாவித்ரியின் பிறந்த நேரத்தை கணித்து 'இப்பெண் பெயர் விளங்கச் செய்வாளோ, குலம் அழிப்பாளோ' என்று கூறியதாகச் சொல்லப்படுகிறது. அவள் பிறந்த பிறகு, ஒரு ஜோதிடர் அவளது தந்தையிடம், தாத்ரியின் பிறப்பு "பேரழிவைக் கொண்டு வருவதற்கும், குடும்பத்தின் கௌரவத்தை அழித்தலுக்கும் விதிக்கப்பட்டது" என்று கூறியதாகவும் கூறப்படுகிறது. அதற்கேற்றாற் போல சாவித்ரி சிறு வயதிலேயே மிகவும் பிடிவாதக்காரியாக இருந்தாள் என அக்காலத்தில் வாழ்ந்தவர்கள் தெரிவிக்கிறார்கள். பெண் பிள்ளைகள் எல்லாம் படிக்கக்கூடாது என்றிருந்த அந்தக் காலத்தில் வேத பாட பள்ளியில் சேர விரும்பி, 'நான் படித்தே தீருவேன்' என்று அடம்பிடித்த காரணத்தி னால், அஷ்ட மூர்த்தி நம்பூதிரி பக்கத்தில் இருந்தொரு 'ஒய்க்கில்லத்து' குருகுலத்தில் சாவித்ரியை சேர்த்தார். சிறு வயது முதலே அவள் தர்க்க புத்தி கொண்டவளாக இருந்தாள் என்றும் அக்கம் பக்கத்தில் வாழ்ந்தவர்கள் தெரிவிக்கிறார்கள்.[1]

அவள் ஒரு சிறந்த மாணவி, அந்த நாட்களில், பெண்கள் தனியாக வெளியே செல்ல அனுமதிக்கப்படவில்லை, குறிப்பாக மரபுவழி நம்பூதிரி சமூகத்தைச் சேர்ந்தவர்கள்.[2] கல்வியைத் தொடரத் தடை விதிக்கப்பட்ட போதிலும், தாத்ரி இலக்கியம் மற்றும் கலை நிகழ்ச்சிகளில் மிகுந்த

1 Alankodu Leelakrishnan, (2012), op. cit., p. 21-23

2 Joseph J Thayamkeri, op. cit., Excerpts from; MEMOIRS - An autobiography, Kochi, Kerala, India.

ஆர்வம் காட்டினாள். அவள் மிகவும் புத்திசாலி மற்றும் பெரும்பாலும், தந்திரோபாய மற்றும் குறும்புக்கார மாணவி. மேலும், தாத்ரி தன் குழந்தைப் பருவத்திலிருந்தே கதகளி மீது மிகுந்த விருப்பம் கொண்டவளாய், அவள் சிறந்த கதகளி ரசிகையாய் இருந்தாள் என்றுதான் கூற வேண்டும். தன்னுடைய இளம் வயதில் கொஞ்ச காலம் கதகளி பாட்டும், கர்நாடக இசையும் அவள் கற்றுக்கொண்டாள். குரியேடத்து இல்லத்தின் பக்கத்து வீட்டுக்காரரான சங்கர நாராயண நம்பூதிரி, தாத்ரிக்குட்டியைப் பற்றி தன் பாட்டி யின் மூலமாக நிறைய கேள்விப்பட்டிருக்கிறார். "பார்த்தால் பரமனுக்கும் காமம் ஏற்படும் அளவிற்கு போதையூட்டும் அழகியாக இருந்திருக்கிறாள்" என்கிறார் சங்கரநாராயண நம்பூதிரி.[3]

19ஆம் நூற்றாண்டின் இறுதிப் பகுதியில் வாழ்ந்த இந்த சாவித்ரி பற்றி நிறைய புனைவுகள், நாடகங்கள், கதைகள், இன்றும் புனையப்பட்டு வருகின்றன. அவளைப் பற்றி திரைப்படம் கூட வந்திருக்கிறது. சாவித்ரி கேரள வரலாற்றில் மிக முக்கியமான ஒரு கதாபாத்திரமாக பதியப்பட்டு இருக்கிறாள். ஒரு மிகப்பெரும் வரலாறாக கேரள மண்ணில் நிலைத்து நிற்கிறாள். அப்படி என்ன சாதனை செய்தாள் இந்த சாவித்ரி....

கேரள சமூகத்தில் பெண்களுக்கெதிரான வன்கொடுமைகள் நாளொரு மேனியும், பொழுதொரு வண்ணமுமாக அரங் கேறி வந்த காலகட்டம் அது. பெண்களுடைய குரல் அம்பலம் ஏறாத நிலை இருந்த காரணத்தினாலேயே, பெண்கள் மீது ஏகப்பட்ட வன்கொடுமைகள் திணிக்கப் பட்டிருந்தன. வெளியே சொல்லமுடியாத அளவிற்குப் பாலியல் கொடுமைகளுக்கு நம்பூதிரி சமூகப் பெண்கள் ஆளாக்கப்பட்டார்கள்.

கூடப் பிறந்த அண்ணன், சித்தப்பா, பெரியப்பா, திருமணம் செய்து போகின்ற இடத்தில் இருக்கக்கூடிய

---

3 Alankodu Leelakrishnan, (2012), op. cit., p. 39

ஆண்கள் என நம்பூதிரி பெண்கள்மீது நிறைய வன் கொடுமைகள், குடும்ப வன்முறைகளை நிகழ்த்தியிருக் கிறார்கள். அவர்கள் மீது திணிக்கப்பட்ட பாலியல் கொடுமைகளை எதிர்த்துக் கேள்வி கேட்டால், கேள்வி கேட்டதன் பிறகு கிடைத்த அடி, உதைகளையும், ஏற்பட்ட பின் விளைவுகளையும் எண்ணி வருந்துகின்ற, ஒடுங்குகின்ற அளவுக்கு நிறைய தண்டனைகள் அந்தப் பெண்களுக்குக் கொடுக்கப்பட்டிருக்கின்றன.

சாவித்ரி கூட அப்படித்தான், திருமணத்திற்கு முன்பே அவளுடைய உறவினர்களால் பாலியல் சீண்டல்களுக்கு (வன்கொடுமைக்கு) உள்ளாக்கப்பட்டு இருக்கிறாள். தனது 9 வயதில், நம்பீஷனிடம் பாட்டு கற்க குன்னங்குளத்திற்கு அருகில் உள்ள தனது அத்தை வீட்டிற்கு தாத்ரி சென்றாள். அங்கு 12 நாட்கள் தொடர்ந்து தனது உறவினரால் பாலியல் துன்புறுத்தலுக்கு ஆளானதாக பின்னாட்களில் தெரிவித்திருக் கிறாள் சாவித்ரி.[4] அவளுக்குத் திருமணம் நடந்த வயது 11. அதற்கு முன்பே அவள் பாலியல் கொடுமைகளுக்கு உள்ளா னாள் என்றால், அக்காலத்தில் நம்பூதிரி குடும்பப் பெண் குழந்தைகளின் நிலையை நாம் புரிந்து கொள்ள முடியும். அந்நாட்களில் சாவித்ரி சந்தித்த அத்தகைய பாலியல் கொடுமைகள், அவளை மனதளவில் மிகவும் பாதித்திருந்தது. வெளியே சொல்ல முடியாமல் மிகவும் வேதனைப்பட்டிருக் கிறாள்.

இப்படியான காலகட்டத்தில்தான் சாவித்ரிக்குத் திருமண ஏற்பாடு செய்யப்பட்டது. தனக்குத் திருமண ஏற்பாடு நடப்பதையறிந்த அக்குழந்தைக்கு ஒரு விதத்தில் மகிழ்ச்சி. தனது உறவினர்களின் பாலியல் தொல்லைகளில் இருந்து பிழைத்தோம் என எண்ணினாள். தனக்கு நேர்ந்த வன்கொடுமை ஏற்படுத்திய ரணம் அவளை மிகக் கடுமையாக பாதித்திருந்த காலகட்டத்தில்தான், அவளுக்குத் திருமணம் ஏற்பாடு செய்யப்படுகிறது. எப்போது இந்த

---

4 Wikipedia; https://en.m.wikipedia.org/wiki/Kuriyedathu_Thatri

மாதிரியான சூழ்நிலையில் இருந்து வெளியேறுவோம் என்று இருந்தவளுக்கு ஏகப்பட்ட மகிழ்ச்சியைத் தந்தது அத்திருமணம். சரியாக 11 வயது இருக்கும்போது செம்மந்தட்டா இராமன் தாத்ரி என்னும் நம்பூதிரி பிராமணனுக்குத் திருமணம் செய்து வைக்கப்படுகிறாள் சாவித்ரி. அந்தத் திருமணத்தின்போது மணமகனான இராமன் நம்பூதிரிக்கு வயது 55 அல்லது 56 இருக்கலாம். அது மட்டுமல்ல, இராமன் நம்பூதிரிக்கு இது நான்காவது அல்லது ஐந்தாவது திருமணம் ஆகும்.

3
தாத்ரிக்குட்டி அந்தர்ஜனம்

"பெண்ணின் பச்சை மாமிசம் மெல்லும் புதிய புதிய செய்திக் கதைகளிலிருந்து, ஆண் காமம் தீய்த்த மனதுடனும் உடலுடனும் பாதி வெந்துயிர்த்து வருபவர்கள் நம் சொந்தச் சகோதரிகளும் மகள்களும்தான். ஒருக்கால், தாய்களும் தாரங்களும்தான்".

– ஆலங்கோடு லீலாகிருஷ்ணன்

குன்னங்குளம் - வடக்கஞ்சேரி வழியில் பன்னித்-தளத்தில் இறங்கி, வலது பக்கம் திரும்பி 2 மணி நேரம் பயணம் செய்தால் செம்மந்தட்டாவை அடையலாம். செம்மந்தட்டாவில் இராமன் நம்பூதிரி குடும்பத்தார், அவ்வூரில் "குரியேடத்து தாத்ரி" என்னும் வகையறாவை சேர்ந்தவர்கள். திருமணமாகி இராமன் நம்பூதிரி வீட்டிற்கு வந்த சாவித்ரியும் இராமன் நம்பூதிரியின் வகையறா பெயரோடு சேர்த்து "குரியேடத்து தாத்ரிக்குட்டி" என்று அழைக்கப்பட்டாள். (மலையாளத்தில் பொதுவாக 'குட்டி' என்று பெண் பிள்ளைகளை அழைப்பது வழக்கமாகும்). நாமும் இனி அப்பெயரிலே அழைக்கலாம்.

குரியேடத்து இல்லம் என்று அழைக்கப்பட்ட இராமன் நம்பூதிரியின் குடும்பமானது, அந்தக் காலத்தில் பொருளா

தாரத்தில் பின்தங்கிய ஒரு பிராமணக் குடும்பமாகவே இருந்தது. அதே போல அந்தக் குடும்பத்தின் உறுப்பினர்கள் மிகவும் குறைந்த எண்ணிக்கையில்தான் இருந்திருக்கிறார்கள். குடும்பத்தின் மூஸ்ஸாம்புரியான நம்பியாப்தன் நம்பூதிரி, அவருடைய தம்பி இராமன் நம்பூதிரி மற்றும் அவரைத் தவிர ஒரு அத்தை மட்டுமே அந்தக் குடும்பத்தில் இருந்ததாகக் குறிப்புகள் மூலமாக நாம் அறிய முடிகிறது.[1]

தான் பிறந்த குடும்பத்தில், 'தன் உறவினர்களால் தனக்கு இழைக்கப்பட்ட பாலியல் அநீதிகளிலிருந்து விடுதலை அடையப் போகிறேன்' என மிக மகிழ்ச்சியோடு அந்த திருமண பந்தத்துக்குள் நுழைந்தாள் தாத்ரிக்குட்டி. திரு மணம் முடிந்து வீட்டிற்கு எக்கச்சக்க ஆசைகளை மனதில் சுமந்துகொண்டு தன் கணவன் வீட்டிற்குப் போனாள் தாத்ரிக்குட்டி. மூத்த அண்ணன் நம்பியாப்தன் நம்பூதிரி உயிரோடுதான் இருக்கிறார். அவருக்கு தீராத நோய் இருந்த தால், பரிவேதனம் என்று அழைக்கப்படுகின்ற வைதிக முறையிலான சடங்குகளைச் செய்தபின் இராமன் நம்பூதிரி திருமணம் செய்துகொள்ள தகுதி உடையவராக ஆக்கப்பட்டிருந்தார்.

அன்றைய தினம் அவளின் முதலிரவு. ஆனால், அந்த இரவு ஒரு விசித்திரமான இரவாக தாத்ரிக்குட்டிக்கு இருந்தது. பல கனவுகளோடு தன் திருமண வாழ்க்கையில் அடியெடுத்து வைத்த தாத்ரிக்குட்டிக்கு அன்றிரவு மிகவும் மோசமான இரவாக கழிந்தது. மூஸ்ஸாம்புரிகள் தங்கள் குடும்ப சொத்துக்கள் மீது எல்லையற்ற அதிகாரம் கொண்டவர்களாக மட்டும் இருக்கவில்லை. மாறாக, அந்தக் குடும்பப் பெண்களின் மீதும் அவர்கள் அதிகாரம் கொண்டவர்களாக இருந்திருப்பார்கள் போல... குறிப்பாக தம் வீட்டுக்கு வருகின்ற சகோதரனின் மனைவிகள் மீதும் கூட அப்படித்தான் பலர் நடந்திருக்கிறார்கள் என சொல்லப்படுகிறது. தாத்ரிக்குட்டி திருமணம் செய்து

---
1 Alankodu Leelakrishnan, (2012), p.3

கொள்வதற்கு இராமன் நம்பூதிரி, அதே நேரம் முதலிரவை கழிப்பதற்கு நம்பியாப்தன் நம்பூதிரி என, அன்று முதல் இரவினை மூஸ்ஸாம்புரியான நம்பியாப்தன் உடன்தான் கழித்தாள் தாத்ரிக்குட்டி.[2]

குரியேடத்து இல்லத்தின் அருகாமையில் வசித்து வந்த கண்டஞ்சாத மனையை சேர்ந்த சங்கரநாராயண நம்பூதிரி அவர்கள், 'இராமன் நம்பூதிரி ஓர் அப்பாவி என்றும், மூஸ்ஸாம்புரியான நம்பியாப்தன் நம்பூதிரி கையில் ஆடும் ஒரு பொம்மை என்றும், அவர் அண்ணன் ஆட்டுவித்தபடி எல்லாம் ஆடக் கூடிய ஒரு நபர் இராமன் நம்பூதிரி' எனக் குறிப்பிடுகிறார்.[3]

தாத்ரிக்குட்டியின் கனவுகள் எல்லாம் சிதறி ஓடின. சொல்லொண்ணாத் துயரத்தில் ஆழ்ந்தது மட்டுமின்றி, தனது வாழ்க்கையே சூனியமானதை உணர்ந்தாள் தாத்ரிக் குட்டி. இதனால் தாத்ரிக்குட்டிக்குப் பெருத்த ஏமாற்றமும், வாழ்க்கை சோகமயமானதாகவும் மாறிவிடுகிறது. அதோடு முடிந்ததா என்றால், இராமன் தாத்ரி குடும்பத்தைச் சேர்ந்த ஆண்களும் தொடர்ச்சியாக அவளை பாலியல் வன் கொடுமைக்கு உட்படுத்தியிருக்கிறார்கள். இதையெல்லாம் கணவன் இராமனிடம் சொன்னால் அடியும் உதையும்தான் பரிசாகக் கிடைத்தது. வாழ்க்கையே அவளுக்கு நரகமாக மாறிப் போனது.

இராமன் நம்பூதிரிக்கு தாத்ரிக்குட்டியோடு நடந்த திரு மணம் நான்காவது அல்லது ஐந்தாவது திருமணமாக இருந்தாலும், அந்த வயதிலும்கூட இராமன் நம்பூதிரி விலை மாதர்களை வீட்டுக்கே கூட்டிக் கொண்டு வந்து கொட்ட மடிக்கக்கூடிய ஒரு நபராகத்தான் இருந்தார். நம்பூதிரி ஆண்களின் விஷயத்தில் எந்தவிதமான ஒழுக்கக்கேடான செயல்களும் ஏற்றுக் கொள்ளப்பட்டது. அதுவே, அந்தர் ஜனங்கள் விஷயத்தில் சிறு தவறு கூடப் பெரும் பாவமாக

2 *ibid, p. 36-37*

3 *ibid, p. 45*

கருதப்பட்டது.[4] இராமனின் இத்தகைய ஒழுக்கக்கேடான செயல்களை மிகக் கடுமையாக எதிர்த்தாள் தாத்ரிக்குட்டி. அதனால் கடுமையான அடி உதைக்கும், வன்கொடுமை களுக்கும் உள்ளாக்கப்பட்டாள். கணவன் எவ்வளவுதான் அடித்தாலும் கொஞ்சம் கூட பின்வாங்காமல் கணவனின் கீழான செயல்களைத் திரும்பத் திரும்பத் தட்டிக் கேட்டாள் தாத்ரிக்குட்டி. இதனால் சண்டை சச்சரவுகள் பெரிதாகி, இனிமேல் தாத்ரிக்குட்டியுடன் எந்த விதமான தொடர்போ, பேச்சுவார்த்தையோ வைத்துக் கொள்ளப் போவதில்லை என்ற முடிவுக்கு வந்தார் இராமன் நம்பூதிரி.

இராமன் நம்பூதிரி எப்படி தாத்ரிக்குட்டியுடன், எந்த உறவும், பேச்சுவார்த்தையும் வைத்துக் கொள்ளப் போவ தில்லை என முடிவெடுத்தாரோ, அதே முடிவையே தானும் எடுத்தாள் தாத்ரிக்குட்டி. ஆனால், பேச்சுவார்த்தை வைத் திருக்கப் போவதில்லை என்பதோடு நிறுத்திக் கொள்ளாமல் ஒரு இலட்சியத்தையும் தன்னுடைய மனதில் வளர்த்துக் கொண்டாள் அவள். தன்னை இவ்வளவு கொடுமைப் படுத்திய ஆண்கள் அத்தனை பேரையும் கடுமையாக தண்டித்தேயாக வேண்டுமென தீவிர உறுதிப் பூண்டாள் தாத்ரிக்குட்டி.

---

4 *Sharafunnisa KM, p. 23-29*

4
ஸ்மார்த்த விசாரம்

'ஸ்மார்த்த விசாரம்' என்பது நம்பூதிரி பிராமணர்கள் பின்பற்றி வந்த சமூக வழக்கமாகும். மிகக் குறிப்பாக நம்பூதிரி ஜாதிப் பெண்கள் எந்தச் சூழ்நிலையிலும் ஆண்களுக்கு அடங்கி வாழ்வதற்கான ஏற்பாடு அது. அதாவது, திருமண பந்தத்திற்கு அப்பாற்பட்ட உறவை ஏற்படுத்திக் கொண்டிருக்கிற நம்பூதிரி ஜாதியைச் சேர்ந்த பெண்ணை மிகத் தீவிரமான விசாரணைக்கு உட்படுத்தக் கூடிய அந்த வழக்கத்திற்குத்தான் ஸ்மார்த்த விசாரம் என்று பெயர்.[1]

இந்த ஸ்மார்த்த விசாரம் என்பது நம்பூதிரி சமூகப் பெண்களுக்கு இழைக்கப்பட்ட மிகப்பெரிய அநீதியும் கொடுமையுமாகும். இந்த ஸ்மார்த்த விசாரம் என்பது நான்கு அல்லது ஆறு நிலைகளைக் கொண்டது.

1. தாசி விசாரம்
2. அஞ்சாம்புரயிலக்கல்
3. ஸ்வரூபம் சொல்லல்.

---

1 Pandiyath Sankara Menon, Cochin and Her Courts of Law (A Historical Survey), The Viswanatha Press, Ernakulam, 1937, p.33.

4. ஸ்மார்த்த விசாரம்
5. தேஹவிச்சேதம்
6. சுத்த போஜனம்.

1. 'தாசி விசாரம்' – குற்றம் சாட்டப்பட்ட அந்தர்ஜனத்தின் 'தாசி' அல்லது வர்ஷாலியை (பணிப்பெண்) விசாரித்தல்.

2. 'அஞ்சாம்புரயிலக்கல்' – குற்றம் சாட்டப்பட்ட அந்தர் ஜனமான சாதனத்திற்கு எதிராக கணிசமான ஆதாரங்கள் சேகரிக்கப்பட்டால், குற்றம் சாட்டப்பட்ட சாதனத்தை தனிமைப்படுத்தப்பட்ட கொட்டகைக்கு (அஞ்சாம்புர) அனுப்புதல்.

3. 'ஸ்வரூபம் சொல்லல்'– இதில் குற்றம் சாட்டப்பட்டவர்கள் மற்றும் சம்பந்தப்பட்டவர்கள் குறித்து ராஜாவுக்கு நோட்டீஸ் அனுப்பப்பட்டு, தேவையான பண வைப்புத் தொகையுடன் ஸ்மார்த்த விசாரத்திற்காக முறையான கோரிக்கை செய்யப்படும். ராஜா ஒரு ஸ்மார்த்தன் (நீதிபதி) மற்றும் அவரது உதவியாளர்களான, சாதிய சட்டங்களில் புலமைப்பெற்ற மீமாம்சகர்கள் மற்றும் ஒரு ஜோடி பார்வையாளர்களாக அகக்கோய்மாவையும், புறக் கோய்மாவையும் நியமிப்பார்.

4. ஸ்மார்த்த விசாரம்:– குற்றம் சாட்டப்பட்ட சாதனத்தை ஸ்மார்த்தன் விசாரித்தல். இவ்விசாரணை சில நாட்கள் முதல் பல மாதங்கள் கூட தொடரும். அந்தப் பெண்ணின் தவறான செயல்களை அவளே ஏற்றுக் கொள்ளும் வரை அவளிடம் விசாரணை நடத்தப்பட்டது. அவள் தன் ஜாரன்களை (அவளோடு தவறான உறவில் இருந்த ஆண்கள்) அனைவரின் பெயர்களை வெளியே சொல்வதோடு தன் ஜாரன்களை ஆதாரத்துடன் அடையாளம் கூற வேண்டும் (பெரும்பாலும் உடலில் சில குறிகள்). இது ஸ்மார்த்தனால் சரிபார்க்கப்பட்டது. இவ்விசாரணையின் முடிவில், ஸ்மார்த்தன் இறுதியாக தீர்ப்பினை வழங்குவார். அதுவரை,

குற்றம் சாட்டப்பட்ட அந்தர்ஜனம் ஒரு 'சாதனம்' (உயிரற்ற ஒரு பொருளாக) என்று அழைக்கப்பட்டாள்.

5. 'தேஹவிச்சேதம்':- அந்தப் பெண் பாலியல் குற்றம் புரிந்தவள் என நிரூபிக்கப்பட்டால் அவளும், அவளது ஜாரன்களும் (சாதனத்துடன் தொடர்பில் இருந்ததாக குற்றம் சாட்டப்பட்ட ஆண்கள்) தம் குடும்பத்திலிருந்தும், சாதியிலிருந்தும் ஒதுக்கப்பட்டு, பிறகு வெளியேற்றப்பட்டனர். தன் குடும்பத்திலிருந்தும், சாதியிலிருந்தும் வெளியேற்றப்பட்ட சாதனத்திடமிருந்து, அவளது வெள்ளை உடைகளும், குடையும் பறிக்கப்பட்டு தெருக்களில் வாழும்படி இல்லத்தை விட்டு விரட்டப்படுகிறாள். அவளுக்கு, இறந்தவர்களுக்குச் செய்வது போன்ற இறுதிச் சடங்குகள் செய்யப்படுகின்றன.

6. 'சுத்த போஜனம்':- விசாரணைக்குப் பின், முழு விசாரணைக் குழுவும் பங்கேற்ற விருந்து. குற்றம் சாட்டப் பட்டவர்கள் 'நிரபராதி' என்று முடிவு செய்யப்பட்டால் அவர்களும் இவ்விருந்தில் பங்கேற்க அனுமதிக்கப் பெற்றனர்.[2]

ஸ்மார்த்த விசாரணை என்பது 'சங்கரஸ்மிருதி' என்னும் சாஸ்த்திர நூலின் அடிப்படையில் பாலியல் குற்றங்களில் ஈடுபட்டதாக உறுதி செய்யப்பட்ட கேரள நம்பூதிரி பிராமண சாதியைச் சேர்ந்த பெண்களை, அவர்கள் சார்ந்த நம்பூதிரி ஜாதியில் இருந்து விலக்கி வைப்பதற்கான சமூகத்தால் அங்கீகரிக்கப்பட்ட செயல்முறையாகும்.[3]

> *"பெண்ணுடலைப் பற்றி நினைக்கும்போது, ஒன்பது துளைகளிலிருந்து வரும் அழுக்கைப் பற்றி நினைத்துப் பாருங்கள், உங்களுக்கு வெறுப்பு ஏற்படும்".*
>
> *– சங்கராச்சாரியார்*

மேற்கண்ட, சங்கராச்சாரியாரின் வெறுப்பு பிரச்சாரம் பெண்களை அடித்தட்டில் வைத்து ஒடுக்குவதற்கு நம்பூதிரி

2 *Op. cit., quintessentiallyurs.wordpress.com, 17.12.2013*

3 *Vandhana Nair N, op. cit., p.1*

ஆண் சமூகத்திற்கு வழிகாட்டியது. மறுபுறம், அதே நம்பூதிரிகள் 'சந்த்ரோத்ஸவம்' என்னும் பெயரில் வேசிகளைக் கொண்டாடுவதும், வேசிகளுடன் காம களியாட்டங்களில் ஈடுபடுவதுமாக இருந்து வந்தார்கள். இவை இரண்டுக்கும் மாறாக, நம்பூதிரி வீட்டுப் பெண்கள் கற்பு நெறி தவறிவிட்டால் அவர்களைக் குடும்பத்தை விட்டும், சமூகத்தை விட்டும் விலக்கி வைத்து, தங்களின் ஆச்சார அனுஷ்டானங்களைக் காப்பாற்றி வந்தார்கள் என்பது வியப்பாகவும் நகைப்புக் குரியதாகவும் இருக்கிறது.[4]

'சங்கரஸ்மிருதி' அல்லது 'லகுதர்ம பிரகாஷிகா'வின்படி நடத்தப்பட்ட ஸ்மார்த்த விசாரணைகள், பொதுவாக பெண்களுக்கு எதிராகவே பெரிதும் நிறுத்தப்பட்டது. மேலும், இவ்விசாரணையில் அவள் வெற்றிபெறும் வாய்ப்பு எப்போதும் குறைவாகவே இருந்தது. சாட்சிகள் எப்பொழுதும் அவளுக்கு எதிராகவே இருந்தன. சாதி அமைப்பின் கடுமை, இத்தகைய மனிதநேயமற்றக் கொடுமை களைப் பல நூறு ஆண்டுகளாகத் தொடர்வதை உறுதி செய்தது, உண்மையில் கிட்டத்தட்ட ஆயிரம் ஆண்டுகள்.[5]

முதலில் நம்பூதிரி பிராமணர் வீட்டில் வாழக்கூடிய ஒரு பெண் திருமணத்திற்கு அப்பாற்பட்ட உறவைக் கொண்டிருக் கிறாள் என சந்தேகம் ஏற்பட்டால், அந்தப் பெண்ணின் கணவன் அல்லது தகப்பன் அந்தப் பெண்ணை ஒரு தனி அறையில் அடைத்து வைத்துவிடுவார்கள். அந்த அறைக்குள் அப்பெண்ணைத் தள்ளிய பிறகு அந்தப் பெண்ணின் கணவனோ, தந்தையோ நம்பூதிரி கிராம சபைக்குத் தெரி விப்பார்கள். அதனடிப்படையில், உடனே அக்கிராமத்தின் மூத்த நம்பூதிரி (ஸ்மார்த்தன்) அந்தப் பெண்ணை அடைத்து வைத்திருக்கக்கூடிய வீட்டுக்கு வந்து முதற்கட்டமாக விசாரணை நடத்துவார். அந்த முதல் கட்ட விசாரணை

---

4 Alankodu Leelakrishnan, (2012), p.74-75
5 Maddy's Ramblings, op. cit., 23 July, 2009.

தாசி விசாரம் எனப்படும். அதாவது, அந்த அறைக்குள் அடைக்கப்பட்டு இருக்கக்கூடிய பெண்ணுக்கு அனைத்து விதமான உதவிகளையும் செய்து வந்த தோழியிடம் (பணிப்பெண்) விசாரிப்பதுதான் தாசி விசாரம்.

அந்தப் பெண்ணை அடைத்து வைத்திருக்கக் கூடிய அறையை ஸ்மார்த்தன் நெருங்கும்போது, அடைத்து வைக்கப்பட்டுள்ள பெண்ணுக்கு உதவியாக இருந்த அந்த தோழி ஸ்மார்த்தனை வழிமறித்து, இவ்விடத்தைத் தாண்டி நீங்கள் செல்லக்கூடாது என்று கூறுவாள். அந்த ஸ்மார்த்தன் ஏன் செல்லக் கூடாது என்று கேட்பார். அதற்கு அந்தத் தோழி, 'இந்த அறைக்குள் ஒரு சாதனத்தை நாங்கள் அடைத்து வைத்திருக்கிறோம்' என்று பதில் அளிப்பாள். ஒரு பெண் பாலியல் நெறி தவறிவிட்டாள் அல்லது குற்றம் செய்து விட்டாள் என்று சந்தேகம் வந்தபிறகு, ஒரு தனியறைக்குள் அடைத்து வைக்கப்படும் அப்பெண்ணுக்கு 'சாதனம்' என்று பெயர். அதாவது ஒரு பொருள் என்று அழைப்பார்கள்.

சாதாரண வாழ்க்கையில் இருந்தபோது அவள் அந்தர்ஜனம், இப்போது அவள் ஒரு சாதனம். பொதுவாக, ஓர் உயிரற்ற ஒரு பொருளைத்தான் அப்படி சொல்ல முடியும். ஆக பாலியல் குற்றத்தில் ஈடுபட்டதாக கருதப்படக் கூடிய ஒரு பெண்ணை ஓர் உயிரற்ற பொருள் என்னும் அடிப்படையில சாதனம் என்கிற சொல்லை வைத்து நம்பூதிரி ஆண்கள் அழைத்து வந்திருக்கிறார்கள்.

குற்றம் சாட்டப்பட்ட பெண்ணின் தோழி 'அறையில் ஒரு சாதனத்தை அடைத்து வைத்துள்ளோம்' என பதிலளித்தவுடன், அந்த ஸ்மார்த்தன் கேட்பார்: 'யார் சாதனம்? யாருடைய சாதனம்?' என்று. அதற்கு பெண் தோழி உள்ளே அடைத்து வைக்கப்பட்டுள்ள பெண்ணின் பெயர், அவளுடைய பூர்வீக வரலாறு, எந்த வீட்டில் இருந்து திருமணம் ஆகி வந்திருக்கிறாள், யாருடன் திருமணம் ஆகி

வந்திருக்கிறாள் என அப்பெண்ணின் ஆதி முதல் அந்தம் வரை அனைத்து விவரங்களையும் கூறுவாள். பிறகு, அந்தப் பெண்தான் இப்போது சாதனமாகிவிட்டாள் எனக் கூறுவாள் பெண்ணின் தோழி.

அடுத்ததாக, அந்த ஸ்மார்த்தன் அவள் எப்படிச் சாதன மாக ஆனாள், என்ன நடந்தது என வினவுவார். இவ்வா றெல்லாம் அப்பணிப்பெண்ணிடம் கேட்கப்படும் கேள்வி களுக்குத் தாசி விசாரம் எனப் பெயர். இந்த இடத்தில் இருந்து ஸ்மார்த்த விசாரணை துவங்குகிறது.

தாசி விசாரத்திற்குப் பின்பு அஞ்சாம்புர (நாலுகெட்டு வீட்டுக்கு வெளியே உள்ள கட்டடம்; சோரம் போனதாகச் சந்தேகிக்கப்படும் பெண்ணை, ஸ்மார்த்த விசாரத்திற்கு முன்பு விலக்கி ஒரு தனி அறையில் மன்னரின் படை வீரர்களின் காவலில் அந்த சாதனத்தை அடைத்து வைத்து விடுவார்கள்.[6] அந்தப் பெண் அடைத்து வைக்கப்பட்டுள்ள அறையில் ஜன்னலோ, காற்றோட்டமோ இருக்காது. அந்த அறையின் கதவில் சிறு ஓட்டையும், சாதனத்திற்கு சாப்பாடு அனுப்புவதற்காக கதவிற்குக் கீழே ஒரு சிறு ஓட்டையும் இருக்கும். மற்றபடி அந்த அறை கிட்டத்தட்ட ஒரு சிறைச்சாலைப் போல தான் இருக்கும். அந்தப் பெண்ணை அஞ்சாம்புரயில் அடைத்து வைத்து விட்டு நம்பூதிரி கிராம சபையைச் சேர்ந்த மூத்தவர்கள் ஸ்மார்த்த விசாரத்திற்கு உத்தரவிட வேண்டும் என்று மன்னரை அணுகி கோரிக்கை வைப்பார்கள்.

'ஒரு கேரள உயர் சாதிப் பெண்ணின் கற்பு சந்தேகப்படும் போதெல்லாம், அவள் விசாரணைக்காக, அவளது சமூகத்திடம் ஒப்படைக்கப்பட்டாள். தனிப்பட்ட பாசங்கள் அல்லது பொது நியாயத்தின் பேரில் தலையீடுகள் எதுவும் இருக்கவில்லை. ஸ்மார்த்த விசாரத்திற்கான, முறையான கோரிக்கையானது, தேவையான பண வைப்புத் தொகை

---

6 *Alankodu Leelakrishnan,* (2012), *op. cit.,* p. 41, 92.

யுடன் தாக்கல் செய்யப்படுகிறது. உள்ளூர் அரசர் அதை நடத்த வேண்டுமா என்று முடிவு செய்கிறார். அரசர், பின்னர் ஒரு ஸ்மார்த்தனை (வேத நடுவர்) நியமித்து, வழக்குக்கு தனது உதவியாளர்களை நியமிக்கிறார்'.[7]

அந்த விசாரணைக்கு ஒருவர் தலைமை ஏற்பார் (ஸ்மார்த்தன்). அவர் நம்பூதிரி சமூகத்திலிருந்து தேர்ந்தெடுக்கப் பட்ட ஆணாக இருப்பார். நம்பூதிரிகளில் 'பட்டத்திரி' குடும்பம் விசாரணைக்குத் தலைவரான ஸ்மார்த்தனை வழங்குவதற்கான சிறப்புரிமையைக் கொண்டுள்ளது. அந்த ஸ்மார்த்தனுக்கு, அரசனின் பிரதிநிதியான புறக்கோய்மா (கொச்சின் அரசின் வெளி நிர்வாகத்திற்கான அரசதிகாரம் பெற்ற அதிகாரி) தலைமையில் நான்கு 'மீமாம்சகர்' உள்ளிட்ட ஒரு குழுவை அரசர் அமைப்பார். மீமாம்சகர்கள் சாதிச் சட்டங்களில் வல்லுனர்களாக இருந்ததால், சாதனத்திடம் எழுப்பப்படும் கேள்விகளை வடிவமைப்பதற்கு அவர்கள் பொறுப்பாவார்கள். மேலும், ஒரு தீர்ப்பாயம் அமைக்கத் தேவையான உறுப்பினர்களின் (மீமாம்சகர்கள்) எண்ணிக்கை, நாட்டின் பல்வேறு பகுதிகளில் வேறுபட்டது.[8]

1859ஆம் ஆண்டில் திருவிதாங்கூர் சமஸ்தானத்தைச் சேர்ந்த 'சாணார்கள்' என்று அழைக்கப்பட்ட பனையேறும் தொழிலைச் செய்து வந்த சாதியைச் சேர்ந்த மக்கள், 'தங்கள் சமூகப் பெண்கள் மேலாடை அணிவதற்கான உரிமை வேண்டும்' என்கிற போராட்டத்தை முன்னெடுத்து, அதில் வெற்றியும் கண்டார்கள். 'சாணார் கலகம்' என்று அழைக்கப் படும் இந்தப் போராட்டம், 'தோல் சீலைப் போராட்டம்' என்றும் அழைக்கப்படுகிறது. இந்தப் போராட்டம் பெண்ணின் பிரச்சனைகளை ஆண்கள் சமூகம் உணர்ந்து, உள்வாங்கி அதை வெளிப்படுத்திய ஒரு பெருநிகழ்வாக நடந்தேறியிருக்கிறது.

---

7 Op. cit., Gods own trials.
8 William Logan, Malabar Manual: 1 In Two Volumes, p. 121, Asian Educational Services, New Delhi - Chennai, 2010.

ஸ்ரீ நாராயண குருவின் தலைமையில், ஸ்ரீ நாராயண குரு தர்மப் பரிபாலன சங்கம் 1903ஆம் ஆண்டிலும், போராளி திரு. ஐயன் காளி தலைமையில் சாது ஜனப் பரிபாலன சங்கமும் 1905ஆம் ஆண்டில் உருவாக்கப்பட்டு விட்டது. ஆனால், இதே காலகட்டத்தில் சமூகத்தின் மேல் அடுக்கில் இருந்த நம்பூதிரிகள் தங்கள் குடும்பத்தைச் சேர்ந்த பெண்களின் மீது அடுக்களை குற்றங்களை மையப்படுத்தி பெண்கள்மீது மிகவும் மோசமான குற்றங்களையும் பெரும் அநீதியையும் இழைத்து வந்தார்கள் என்கிறார் எழுத்தாளர் ஆலங்கோடு லீலா கிருஷ்ணன்.[9]

ஸ்மார்த்த விசார நடவடிக்கைகள் வீட்டின் அஞ்சம்புர முன் நடக்கும். ஸ்மார்த்தனும் சாதனமும் ஒருவரையொருவர் பார்க்கக் கூடாது. எனவே தாசி ஸ்மார்த்தனுக்கும், சாதனத் திற்கும் இடையில் ஓர் இடைத்தரகராகச் செயல்படுவாள்.[10] புறக்கோய்மா மன்னனால் நியமிக்கப்படுபவர். அகக்கோய்மா என்பவன் கோவில், அரண்மனை ஆகியவற்றின் உள் நிர்வாக பொறுப்புள்ள அதிகாரி ஆவான்.

இந்த ஸ்மார்த்த விசாரத்தில், தாசி விசாரத்திற்குப் பிறகு (பணிப் பெண்ணிடம் கேள்வி எல்லாம் கேட்டு முடித்ததற்கு பிறகு) ஸ்மார்த்தன், அறைக்குள்ளே அடைத்து வைக்கப் பட்டிருக்கும் சாதனத்திடம், அறைக்கு வெளியில் நின்று கொண்டு சில கேள்விகளை கேட்பார். ஸ்மார்த்தன், சாதனத்திடம் கேள்விகள் கேட்கும் போது, விசாரணை முறையாக நடப்பதைப் பார்ப்பதே அகக்கோய்மாவின் பணி. ஸ்மார்த்த விசாரம் நடக்கும் பொழுது மற்றவர்கள் தலையிடாமல் கட்டுப்படுத்தி ஸ்மார்த்தனுக்கு உதவி செய்யும் அதிகாரம் உள்ளவன் அவன். ஆனால், அவனுக்குப் பேசும் சுதந்திரம் இல்லை.

விசாரணையில் தவறு உள்ளது என அகக்கோய்மா நினைக்கும் போதெல்லாம், தனது தோள்களில் அணிந்

---
9 Alankodu Leelakrishnan, (2012), op. cit., p.15.
10 Sharafunnisa KM, op. cit., pp. 23-29.

திருக்கும் துண்டை அகற்றி தரையில் வைப்பார். அப்படி அவர் வைக்கிறார் என்றால், ஸ்மார்த்தனாகிய நீ கேட்கக் கூடிய கேள்வி போதுமானதாக இல்லை, கேள்வியை மாற்றிக் கேள் அல்லது வேறுவிதமாக கேள் என்று அர்த்தம். ஸ்மார்த்தனின் நினைவைத் துலக்குவதற்காக அவ்வாறு செய்வார், பிந்தையவர் குறிப்பை எடுத்துக்கொண்டு சரி செய்ய முயற்சிப்பார்.

ஸ்மார்த்தன் வேறு விதமான கேள்விகளைக் கேட்டு அந்தப் பெண்ணை குற்றம் செய்தவளா எனக் குற்றத்தைக் கண்டுபிடிப்பதற்கு முயற்சி செய்வார். உண்மையை சில நேரங்களில் மிகவும் எளிதாகக் கண்டுபிடிக்க முடியாது, மேலும் ஸ்மார்த்தன் அடிக்கடி தனது சொந்த உள்ளுணர்வு களையும், அனுபவ அறிவையும் பயன்படுத்த வேண்டும்.[11]

இந்த விசாரணையை அறைக்குள் அடைத்து வைக்கப் பட்டிருக்கிற பெண்ணுடைய குடும்பத்தைச் சேர்ந்தவர்கள், அந்த ஊரைச் சேர்ந்தவர்கள், அந்த நாட்டு அரசன் என்று யார் வேண்டுமானாலும் வந்து பார்க்கலாம். அந்த அளவுக்கு ஒரு முக்கியமான விசாரணையாக இந்த ஸ்மார்த்த விசாரம் அன்றைக்குப் பார்க்கப்பட்டிருக்கிறது. இந்த விசாரனணயை நாம் வெளியிலிருந்து பார்க்கும் போது விசாரணை மாதிரி தெரிந்தாலும், உண்மையில் குற்றம் சாட்டப்பட்டிருக்கின்ற பெண்ணை எப்படியாவது குற்றத்தை ஒப்புக்கொள்ள வைக்க வேண்டும் என்கின்ற ரீதியில்தான் இந்த விசாரணை என்பது நடக்கும். சாதனத்தை வாக்குமூலம் அளிக்க வைக்க தேவைப்பட்டால், அவளை உடல் சித்திரவதைக்கு உட்படுத்தப்படலாம் என்பது விதி.[12]

இநத விசாரணையை நடத்திக் கொண்டு இருக்கும் போது, குற்றம்சாட்டப்பட்ட பெண்ணை (சாதனம்) அடைத்து வைக்கப்பட்டுள்ள அறைக்குள் விஷம் கொண்ட விரியன் பாம்புகளையும், தேள், எலி போன்ற விஷ

11 *William Logan, op. cit., p. 122.*

12 *Op. cit., Gods own trials.*

ஜந்துக்களையும் விட்டு, அந்தப் பெண்ணை உளவியல் ரீதியாகத் தாக்கி, அச்சுறுத்தி, கொடுமைப்படுத்தித் தங்கள் வழிக்குக் கொண்டுவரக்கூடிய வேலைகளைச் செய்வார்கள். அது மட்டுமல்லாமல் அந்தப் பெண்ணுக்கு சரியான உணவு கொடுக்காமல் பட்டினி போட்டு வாட்டி வதைப்பார்கள். இதற்கெல்லாம் ஒரு படி மேலே சென்று, அந்தப் பெண்ணை ஓர் இறந்த பிணத்தைப்போல ஒரு பாயில் சுற்றி ஒரு வீட்டின் உயரமான மாடியில் இருந்து அப்படியே கீழே உருட்டி விடுவார்கள், அவள் கர்ப்பமுற்றிருந்தாலும் கூட.[13]

பசிக் கொடுமை, பாம்பு - பூரான் - எலி - தேளென்று, விஷ ஜந்துக்கள் மீதான அச்சம், வீட்டார் படுத்தும் கொடுமைகள், இதையெல்லாம் தாங்க முடியாமல் பல பெண்கள் தன்மீது சுமத்தப்பட்ட குற்றத்தை ஒப்புக்கொண்டு இந்தக் கொடுமைகளிலிருந்து தப்பித்துக் கொள்ளலாம் என்றெண்ணி, செய்யாத குற்றத்தை ஒப்புக்கொண்டிருக்கி றார்கள். அந்தப் பெண்கள் செய்யாவிடினும்கூட அவர்கள் மீதான குற்றச்சாட்டை ஒப்புக்கொள்ள வைப்பதற்கான வேலைதான் இந்த ஸ்மார்த்த விசாரமாகும்.[14]

இவற்றைத் தாண்டி நாகப்பாம்புகளை அந்தப் பெண்ணின் அறைக்குள் விடுவதும் உண்டு. அறைக்குள் விடப்பட்ட அந்த நாகப் பாம்பு ஒரு குறிப்பிட்ட நேரம் வரை, அந்த பெண்ணை தீண்டாமல் இருந்தால், அந்தப் பெண் நிரபராதி என்பதை எவராலும் மறுக்க முடியாத வண்ணம் நிரூபிக்கப்பட்டதாகக் கணக்கிடப்பட்டிருக்கிறது. இவை தவிர, அந்தப் பெண்ணை நாட்கணக்கில் பட்டினி போடுவது, அவளை தன் குடும்பத்தில் இருந்து நிரந்தரமாகப் பிரித்து விடுவோம் என அச்சுறுத்துவது போன்ற பல்வேறு முறைகளைப் பயன்படுத்திப் பெரும்பான்மையான நேரங் களில், குற்றம் சாட்டப்பட்ட பெண், குற்றமே புரியா விட்டாலும் கூட இந்தச் சித்திரவதைகளின் மூலம் அவள்

13 *MP Basheer, kuttavicharanakal, p.16, current books, kottayam, 2005.*
14 *William Logan, op. cit., p. 123.*

தவறு செய்ததாக ஒப்புக் கொள்கின்ற வரையில் இந்த விசாரணை நடந்திருக்கிறது.[15]

இவ்வளவு கொடுமைகளையும் தாங்கிக் கொண்டு, ‘நான் அந்தக் குற்றத்தை செய்யவில்லை’ என உறுதியாக இருந்த பெண்களை மன்னித்துப் பழையபடி அந்தர்ஜனமாக வாழ்வதற்கு தங்கள் குடும்பத்துடன் சேர்த்துக் கொள்வார்கள். ஒருவேளை அந்தப் பெண், அவள் மீதான குற்றத்தை ஒப்புக் கொண்டாள் என்றால், அவள் தன் குடும்பத்தால் முற்றிலும் மறுக்கப்படுவாள், அவளது பிராமணர் சலுகைகள் பறிக்கப்படும்.[16]

உடனே அந்தப் பெண்ணை ஊரை விட்டு ஒதுக்கி வைத்து விடுவார்கள். அப்பெண்ணோடு சம்பந்தப்பட்ட குடும்பத்துக்கு எந்தவித உறவும் இருக்காது. நம்பூதிரி சமூகத்திற்கும் அந்தப் பெண்ணுக்கும் எந்தவிதமான உறவும் இருக்காது. அதன் பிறகு அவள் என்ன ஆனாள் என்றுகூட அந்தக் குடும்பத்தைச் சேர்ந்தவர்கள் தெரிந்துகொள்ளக் கூட விரும்ப மாட்டார்கள்.

ஸ்மார்த்த விசாரம், ஒரு சாதனம் குற்றமற்றவள் என்பதை நிரூபித்து விட்டால், ஒருவேளை, அந்தப் பெண் தன் அப்பாவித்தனத்தைத் தக்க வைத்துக் கொண்டாளெனில், அவள் மீண்டும் நம்பூதிரி சமூகத்தால் ஏற்றுக் கொள்ளப்படுவ தோடு அவள் ஸ்மார்த்தன்களுடன் “கொண்டாட்டமான உணவுக்கு” அழைக்கப்படுவாள். ஸ்மார்த்தனும், மீமாம்சகர் களும் அந்தர்ஜனத்தின் முன் தலை குனிந்து, அவளுக்கு ஏற்பட்ட அவமதிப்புக்கும், சிரமங்களுக்கும் மன்னிப்புக் கேட்பார்கள். இத்தகைய வழக்கம் “க்ஷம நமஸ்காரம்” என்று அழைக்கப்படுகிறது.[17]

---

15 *Alankodu Leelakrishnan, (2012), op. cit., p.18-19.*

16 *Divya Sethu, op. cit. 20 January, 2021.*

17 *A Madhavan, The Evolution of Judicial System in Kerala, Kerala Law Journal Vol. VII, p.66, The Mathrubhumi Printing and publishing Co Ltd, Calicut, 1963.*

ஸ்மார்த்த விசாரம் குறித்த தரவுகளைத் திரட்டி, 1887ஆம் ஆண்டு தன்னுடைய மலபார் மேனுவலில் *(Malabar Manual)* பதிவு செய்த ஆங்கில அதிகாரி வில்லியம் லோகன் *(William Logan)* பின்வருமாறு எழுதுகிறார்...

"Every co-defendant, except the one who, according to the woman's statement, was the first to lead her astray, has a right to be admitted to the boiling-oil ordeal as administered at the temple of Suchindram in Travancore. If his hand is burnt, he is guilty; if it comes out clean, he is judged as innocent. The ordeal by weighment in scales is also at times resorted to. The order for submission to these ordeals is called a pampu and is granted by the president (Smartha) of the tribunal. Money goes a long way towards a favourable verdict or towards a favourable issue in the ordeals." - "தன்னைக் கெட்ட செயல் செய்யத் தூண்டிய ஆள் என்று சாதனத்தால் குற்றம் சுமத்தப்பட்டு, ஒப்புக்கொள்கிற முதல் ஆணுக்குப் பிற்பாடு வருபவர்கள், அவர்களது நிரபராதித்துவத்தை நிரூபிக்க, கொதிக்கும் எண்ணெயில் கையை முக்குவது என்ற பரிசோதனை உண்டு. திருவிதாங்கூரில் உள்ள சுசீந்திரம் கோயிலில் வைத்துத்தான் உண்மையை நிரூபிப்பதற்கான இந்த அசாதாரணச் சடங்கு நடந்திருந்தது. கொதிக்கும் எண்ணெயில் முக்கும் வீரல் சுட்டது என்றால் அந்த ஆள் குற்றவாளி. சுடவில்லையென்றால் நிரபராதி. இப்படி ஒரு பரிசோதனைக்கு ஆட்பட வைக்க வேண்டுமா என்று முடிவு செய்பவர்கள் ஸ்மார்த்தர்கள். பணத்தால் அந்தப் பரிசோதனைக்கு ஆட்படாதிருக்கவும் முடியும்".[18]

"சுசீந்திரம் கை முக்கு" என்று அழைக்கப்படும் குற்றம் புரிந்த ஆண்களின் உண்மையை நிரூபிப்பதற்கான அந்தப் பரிசோதனை என்பது இறுதிக்கட்ட பரிசோதனையாகும். இதைத் தவிர பல்வேறு பரிசோதனை முறைகளையும்,

---

18 William Logan, op. cit., p.124.

விசாரணை முறைகளையும் அந்தக் காலத்தில் ஸ்மார்த்தர்களாக இருந்தவர்கள் செய்து வந்தார்கள். இவர்கள், இத்தகைய குற்ற விசாரணையில் அனுபவம் பெற்றவர்களாக இருந்ததோடு அவர்கள் செய்வது அறிவியல் பூர்வமான குற்ற விசாரணையாகவும் கருதப்பட்டு வந்திருக்கிறது.

எது எப்படியானாலும் குற்றம் சாட்டப்பட்ட பெண் தன்னுடைய குற்றத்தை ஒப்புக்கொள்ள வைப்பதற்கான ஒரு விசாரணை முறையாகவே இந்த முறை இருந்து வந்திருக்கிறது. இந்த விசாரணை முறையில் ஆண்கள் தப்பிப்பதற்கான பல்வேறு இடுக்குகளும், இதற்குள் இருந்தே வந்திருக்கிறது.

நடைமுறை என்னவாக இருந்ததென்றால், அந்தப் பெண்கள் தங்களுடைய பெயரைச் சொல்லிவிடாமல் இருப்பதற்காக, 'நாங்கள் பணம் தந்து விடுகிறோம், என் பெயரைச் சொல்லி விடாதே' எனக் கூறிப் பணம் தந்து பல ஆண்கள் இதிலிருந்து தப்பித்திருக்கிறார்கள். "இந்தப் பணத்தை வைத்துக் கொண்டு நீ நம்பூதிரி சாதியில் இருந்து வெளியேற்றப்பட்டாலும் கூட, எங்கு வேண்டுமானாலும் சென்று பிழைத்துக் கொள்ளலாம்" எனக் கூறி அந்த பெண்களோடு தொடர்பில் இருந்த ஆண்கள் பணத்தை காண்பித்து தப்பித்துக் கொள்ளும் வேலைகளை செய்திருக்கிறார்கள். நிலவுடைமையில் மிகவும் பலமாக இருந்த நம்பூதிரி பார்ப்பனர்களில் சிலர் தங்களைக் காட்டிக் கொடுத்துவிடாமல் இருக்க தங்கள் சொத்துக்களில் சில நிலங்களை எழுதிக் கொடுத்து தன்னோடு தொடர்பில் இருந்த பெண்களுக்குப் புனர்வாழ்வு அளித்திருக்கிறார்கள்.

நம்பூதிரிகள் குடும்பத்தில் மூத்த மகனான மூஸ்ஸாம்புரிகளுக்குத்தான் நம்பூதிரி குடும்பத்தின் அனைத்து சொத்துக்களையும் ஆளுகின்ற அதிகாரம் இருக்கையில், அத்தகைய மூஸ்ஸாம்புரிகள் சாதனங்களுக்கு வழங்கிய நிலங்களால் பிற்காலத்தில் நம்பூதிரி குடும்ப சொத்து

பகிர்வில் பல்வேறு பிரச்சனைகளும், சிக்கல்களும், அதற்கான தீர்வுகளும் உருவாகின.[19]

குற்றம் நிரூபிக்கப்பட்டாலும் கூட ஆண்களுக்கு மேலும் முறையீடு செய்வதற்கான ஒரு வாய்ப்பு உண்டு. 'நான் குற்றமற்றவன், அந்தப் பெண் பொய் சொல்லிவிட்டாள்' எனக் கூறி இரண்டாம் முறையீடு செய்து தப்பித்தவர்கள் ஏராளம். நம்பூதிரிப் பெண்களுக்கு அந்த வாய்ப்பும் கிடையாது. அப்பெண்கள் அனைத்து விதத்திலேயும் நிராகரிக்கப்பட்டே வந்திருக்கிறார்கள்.

ஸ்மார்த்த விசாரத்தின் போது நெறி தவறிய பெண் குற்றத்தை ஒப்புக் கொள்ளுதல் அல்லது ஒப்புக்கொள்ளாமல் இருத்தல், அதே போல குற்றம் சாட்டப்பட்ட ஆண்கள் ஒப்புக் கொள்ளுதல் அல்லது ஒப்புக்கொள்ளாமல் இருத்தல், இது எதுவாக இருந்தாலும் அரச ஒற்றர்கள் இவர்களைப் பற்றி ரகசியமாக விசாரிக்கும் வழக்கமும் அக்காலத்தில் இருந்திருக்கிறது.[20]

ஸ்மார்த்த விசாரம் எனப்படுவது ஒரே நாளிலும் முடியலாம் அல்லது ஒரு மாதத்திற்குள்ளும் முடியலாம், இன்னும் அதிக நாட்கள் கூட ஆகலாம். இந்த ஸ்மார்த்த விசாரம் நடக்கின்ற காலம் வரைக்கும் அந்த ஸ்மார்த்தனுக்கும், ஸ்மார்த்தன் உடன் இருக்கக்கூடிய உதவியாளர்களுக்கும் விருந்து (உணவு) படைக்க வேண்டியது ஸ்மார்த்த விசாரத்திற்கு கோரிக்கை விடுத்த, நம்பூதிரி குடும்பத்தைச் சேர்ந்தவர்களின் பொறுப்பாகும். இது போன்றதொரு ஸ்மார்த்த விசாரம் கேரளத்தில் 36 ஆண்டுக் காலம் நடந்திருக்கிறது. அந்த 36 ஆண்டுக் காலமும் ஸ்மார்த்தனுக்கும் அந்த ஸ்மார்த்தனோடு விசாரணையில் ஈடுபட்ட அவருடைய உதவியாளர்களுக்கும் சம்பந்தப்பட்ட நம்பூதிரி குடும்பத்தைச் சேர்ந்தவர்கள் உணவு படைத்திருக்கிறார்கள் என்பது கூடுதல் தகவல்.

---

19 Alankodu Leelakrishnan, (2012), op. cit., p.61.
20 Ibid., p. 42.

ஸ்மார்த்த விசாரம் முடிந்து, சாதனத்தின் கணவர்/ இல்லத்தார் அவளை வீட்டிலிருந்து (இல்லம்) துரத்திவிட்ட பின், இரிக்கப்பிண்டம் என்று அழைக்கப்படும் உணவை உருட்டி காக்கைகளுக்கு படைத்து, அவளை தன் குலத்திலிருந்து விலக்கிய பின், அந்த அந்தர்ஜனத்தை தம் குடும்பத்தின் இறந்தவர்களில் ஒருவராக வெளியேற்றுகின்ற நிகழ்ச்சி நடக்கும். அதற்கு வேத விவகாரங்களில் தகுதி பெற்ற மூத்தவர் ஒருவரை நியமிப்பது வழக்கம். அவர் அந்தச் சடங்கை செய்து வைப்பார்.

'இரிக்கப் பிண்டம்' என்றால் இறந்தவர்களுக்கு இறுதிச் சடங்குகளைச் செய்தல். அவள் ஏற்கனவே இறந்துவிட்டதைப் போலச் இறுதிச் சடங்குகளைச் செய்வார்கள். இவ்வாறு வீட்டிலிருந்து வெளியேற்றம் செய்வதை "பிரஷ்டு" என்று அழைக்கப்படுகிறது. சாதனத்திற்குப் பிறந்த குழந்தைகள் நம்பூதிரி பிராமண சமூகத்தைச் சேர்ந்தவர்கள் அல்ல. அவர்கள் "காலத்தில் பெற்றவர்" என்று அழைக்கப்பட்டனர்.

இந்தப் பிண்டம் வைப்பது கற்பு நெறி தவறியதாக சந்தேகிக்கப்பட்ட அந்தர்ஜனங்களோடு மட்டும் முடிந்து விடவில்லை. பிற்காலங்களில் மரக்குடையையும், கோஷாவையும் புறக்கணித்துவிட்டு வெளியே வரத் துணிந்த அத்தனை அந்தர்ஜனங்களுக்கும் இந்தக் கதவடைப்பும், பிண்டம் வைத்தலும் தொடர்ந்தது.

ஸ்மார்த்த விசாரத்தின் மூலம் வெளியேற்றப்பட்ட அல்லது புறக்கணிக்கப்பட்டவர்களில் சிலர் வட மலபாரின் மன்னன் அல்லது சாக்கியர்களால் அழைத்துச் செல்லப்பட்டு அடைக்கலம் அளிக்கப்பட்டனர். சிலர் தாழ்த்தப்பட்ட சாதியினரை திருமணம் செய்து கொண்டு பெயர் தெரியாத நிலையில் குடியேறினர். சிலர் பைத்தியம் பிடித்து தெருவில் பிச்சைக்காரர்கள் போல் அலைந்தனர்.

மொத்தத்தில், ஸ்மார்த்த விசார நடைமுறையானது "பெண்களைக் கட்டுப்படுத்தி வைத்தல்" என்ற

எண்ணத்திலிருந்து உருவானது. நம்பூதிரி ஆண்களுக்கு தங்கள் சொந்த சாதி அல்லது கீழ் சாதி பெண்களைப் பயன்படுத்த அதிகாரம் அளிக்கும் ஒரு சமூக அமைப்பாக இருந்து வந்தது. கற்பு, ஒழுக்கம், தூய்மை, போன்றவை அரசின் அமோக ஆதரவுடன் அந்தர்ஜனங்களின் மீது திணிப்பதன் மூலம் நம்பூதிரி பிராமண ஆணாதிக்கத்தை நிலைநிறுத்தப் பயன்பட்டது.

5. நிழல் உலகில் தாத்ரிக்குட்டி

பெண்களின் உணர்வுகளைக் கிஞ்சித்தும் கருத்தில் கொள்ளாமல், பெண் உடலுக்கு வெறும் சதையின் மதிப்பை மட்டுமே அளித்த ஆணாதிக்கச் சமூகத்தையும், தன்னைப் பாலியல் ரீதியாக பாதித்தவர்களையும், அடி, உதை, வன்கொடுமைகளுக்கு உள்ளாக்கியவர்களையும் தண்டிக்க வேண்டுமென்பதனையும் தாண்டி, பெண்கள் சமூகத்திற்கு இத்தகைய கொடும் பாதக செயலைச் செய்யும் அனைத்து ஆண்களையும் தண்டித்தே தீர வேண்டும் என முடிவெடுத்தாள் தாத்ரிக்குட்டி.

தன்னைக் கொடுமைப்படுத்தியவர்களை மட்டும் தண்டிக்க வேண்டும் என்றில்லாமல், பெண்களுக்கு எதிராக இவ்வளவு கொடுமை செய்யும், ஆண்கள் எல்லாரையும் ஏன் தண்டிக்கக்கூடாதென உச்சபட்ச கோபம் கொண்டாள் தாத்ரிக்குட்டி. மற்ற பெண்களிலிருந்து இந்த இடத்தில்தான் தாத்ரிக்குட்டி வேறுபடுகிறாள். இதனை எப்படி நிறைவேற்றப் போகிறோம் என்று நினைக்கும்போது அவளுக்கு ஒரு யோசனை தோன்றியது. அதற்கான ஒரு வேலைத் திட்டத்தையும் தொடங்கினாள் தாத்ரிக்குட்டி.

'எந்த உடலை மையமாக வைத்து, இந்த ஆண்கள் என் மீது இவ்வளவு பாலியல் ரீதியான வன்கொடுமைகளை நிகழ்த்தினார்களோ, அதே உடலை மையமாக வைத்து அவர்களை எல்லாம் தண்டிப்பது' என்று முடிவு செய்தாள் தாத்ரிக்குட்டி.

ஒரு பெண்ணின் உடலை வெறும் சதைப் பிண்டமாக மட்டும் கருதி அவளுக்குள் இருக்கும் உணர்வுகள், உணர்ச்சிகள், ஆசாபாசங்கள் என்று எதையுமே கிஞ்சித்தும் கருத்தில் கொள்ளாமல், அப்பெண்களின் மீது அவ்வளவு அருவருக்கத்தக்கப் பாலியல் வன்கொடுமைகளை நிகழ்த்திய ஆண் வர்க்கத்தைப் பழிவாங்க தன் உடலையே ஆயுதமாக மாற்ற முடிவு செய்தாள் தாத்ரிக்குட்டி. அதையே நடை முறைப்படுத்தவும் செய்தாள் அவள்.

நம்பூதிரிகள் குடும்பத்து பெண்கள் கோஷா என்னும் முக்காட்டினை அணிந்துகொண்டுதான் எப்போதும் இருக்க வேண்டும். அது வீடாக இருந்தாலும் சரி, வீட்டுக்கு வெளியே என்றாலும் சரி, அவர்கள் முகத்தை யாருமே பார்க்க முடியாது என்பதை நாம் ஏற்கனவே அறிந்து கொண்டோம். இதைப் பயன்படுத்தியே தன்னுடைய திட்டத்தை தொடங்கினாள் தாத்ரிக்குட்டி. தனக்கு உதவியாக, அந்த வீட்டில் பணி செய்த தன் தோழியைத் (பணிப்பெண்) தனது திட்டத்திற்குப் பயன்படுத்திக் கொண்டாள்.

தன்னுடைய உடலை மூலதனமாக வைத்து திருமணத்துக்கு மீறிய உறவுகளைப் பல ஆண்களோடு ஏற்படுத்திக் கொண்டாள் தாத்ரிக்குட்டி என நம்பப்படுகிறது. அதற்கு உதவியாக அவள் தன்னுடைய தோழியை பயன்படுத்திக் கொண்டாள். நம்பூதிரி குடும்பத்து பெண்கள் முக்காட்டினை எப்போதும் அணிந்துகொண்டு இருப்பதால் அவர்களின் முகத்தை வேறு ஆண்கள் பார்த்திருக்க வாய்ப்பில்லை. அதனால் அவள் இன்னார் வீட்டுப் பெண் என்று எவரும் அறிந்துகொள்ள வாய்ப்பில்லாமல் போனது.

‘கதகளியரங்கம்’ என்ற நூலில் கே.பி.எஸ் மேனன் அவர்கள், ‘திருமணத்திற்குப்பின் தாத்ரிக்குட்டி தன்னுடைய தந்தையின் இல்லத்திற்குச் செல்வதாகக் கூறிவிட்டு, தன்னுடன் எப்போதும் துணையாக இருக்கின்ற பணிப் பெண்களில் நம்பிக்கையான பணிப்பெண்ணுடன் குருவாயூர் மற்றும் திருச்சிவபேரூர் என்னும் திருச்சூர் முதலான இடங்களுக்குச் சென்று தங்குவதை வழக்கமாக கொண்டிருந்தாள். அப்படி தங்குகின்ற தினங்களிலெல்லாம் சமூகத்தில் பெரிய அந்தஸ்தில் இருந்த ஆண்களுடன் தன்னுடைய தொடர்பை ஏற்படுத்திக் கொள்வதற்கான களமாக அதனை ஆக்கிக் கொண்டாள்’ என்கிறார் அவர்.[1]

தாத்ரி தன் குழந்தைப் பருவத்தில் இருந்தே கதகளி மீது மிகுந்த விருப்பம் கொண்டவளாய் இருந்தாள். கதகளியின் ஒரு சிறந்த ரசிகையாய் இருந்தாள் என்று தான் கூற வேண்டும். தன்னுடைய இளம் வயதில் கொஞ்ச காலம் கதகளி பாட்டும், கர்நாடக இசையும் அவள் கற்றுக் கொண டாள். அக்காலத்தில் காவுங்கல் குடும்பம் என்றழைக்கப்பட்ட சங்கரப் பணிக்கரின் இல்லம், ‘களரி’ கலையின் மையமாக திருச்சூர் பகுதியில் விளங்கி வந்தது. கதகளி நிகழ்ச்சிக்காக தேசமங்கலம், கூடலூர் போன்ற பகுதிகளுக்குச் செல்லும் சங்கரப் பணிக்கர், தாத்ரிக்குட்டியின் கல்பகேசரி இல்லத்தின் வாசல் வழியே சென்று வருவது வழக்கம். எனவே, சிறு வயது முதலே காவுங்கல் சங்கரப் பணிக்கரை அறிந்திருந்தாள் தாத்ரிக்குட்டி.

சங்கரப் பணிக்கர் மீது அவளுக்கு இயல்பாகவே ஈர்ப்பு இருப்பதற்கான வாய்ப்பு இருந்தது. கதகளி நிகழ்த்த செம்மந்தட்டாவில் இருந்த சிவன் கோவிலுக்கு வருகை தந்த கதகளி கலைஞர் காவுங்கல் சங்கரப் பணிக்கரை சந்தித்த தாத்ரிக்குட்டி, அவரோடு நட்பை ஏற்படுத்திக் கொண்டாள். அது பிற்காலத்தில் அவர்களுக்குள் உறவாக மலர்ந்தது. ஆனால், கதகளி கலைஞர் காவுங்கல் சங்கரப்

1 *Alankodu Leelakrishnan, (2012), op. cit., p.37*

பணிக்கர் மீது தாத்ரிக்கு இருந்தது காதல் உணர்ச்சிதான் என்று சிலர் மதிப்பிடவும் செய்திருக்கிறார்கள். *(ஒரு கூடியாட்டத்தின் கதை).*[2]

ஒவ்வொரு முறையும் சமூகத்தில் மிக முக்கியமான பதவிகளை வகித்து வந்த மற்றும் உயர்ந்த இடத்தில் இருந்த ஆண்கள் உடன் தன்னுடைய தொடர்பை ஏற்படுத்திக் கொண்டாள் தாத்ரிக்குட்டி. அவளுடைய பேரழகைப் பார்த்து பல ஆண்கள் அவளிடம் மயங்கி விழுந்தார்கள். அவளுடைய புகழ் என்பது அதிகார மட்டத்திலிருந்த பல ஆண்கள் மத்தியில் வெகு சீக்கிரமே பரவ ஆரம்பித்தது. எப்படியாயினும் தன்னுடைய ஒரு நாள் இரவினை அவளுடன் கழித்துவிட வேண்டும் என உயர் அந்தஸ்தில் இருந்த பல ஆண்கள் போட்டியிட்டுக் கொண்டு அவளுடன் உறவை ஏற்படுத்திக்கொள்ள ஏங்கினார்கள். இவை அனைத்தையும் தனக்குச் சாதகமாக பயன்படுத்திக் கொண்டாள் தாத்ரிக்குட்டி.

அக்காலங்களில் கோவில்கள் நம்பூதிரி வீடுகளுக்கு தொலைவில் இருந்தாலும் கூட, தூரமான கோவில்களுக்கு செல்வதும், சொந்தம் இல்லாத நிலையில் கூட நம்பூதிரிகள் இல்லங்களுக்குச் சென்று நாட்கணக்கில் வசிப்பதும் அந்தர்ஜனம் என்று அழைக்கப்பட்ட நம்பூதிரி குடும்ப பெண்களுக்கு வழக்கப்பட்டிருந்த உரிமையாக இருந்து வந்தது. மரக்குடை மற்றும் பணிப்பெண்களுடன் அவர்கள் எவ்வளவு தூரமான கோவிலுக்கும் செல்வதற்கு, அவர்களுக்கு உரிமை இருந்தது. இவையே, தாத்ரிக்குட்டிக்கு தன்னுடைய திட்டங்களை செயல்படுத்துவதற்கு வாய்ப்பாக அமைந்தது. அவள் மாறுவேடங்களில் பல இடங்களில் பயணித்த பொழுது அவளை யார் என்று கேட்டால் தன்னை ஒரு 'வாரஸ்யார்' என்று பல இடங்களில் தாத்ரிக்குட்டி கூறிக் கொண்டாள் என்ற தகவலும் உண்டு.

---

2 ibid., p.46-47.

கோவில் பணிகளைச் செய்யக்கூடிய சாதியைச் சேர்ந்த பெண்களை 'வாரஸ்யார்' என்று அழைப்பர்.[3]

'இராமன் நம்பூதிரி அவளைக் கைவிட்டதால்தான், தாத்ரி பாலியல் தொழிலில் ஈடுபட வேண்டிய கட்டாயம் ஏற்பட்டதா? அல்லது அது தாத்ரியின் இயலாமையா அல்லது அது அவளது சொந்த விருப்பமா, அவளை விபச்சாரத்தை தேர்வு செய்ய வைத்தது எது என்பது இன்னும் தெரியவில்லை' என்கிறார், ஆய்வாளர் திவ்யா சேது.[4]

அவளைப் பற்றிய வர்ணனை அதிகார மட்டத்திலிருந்த பல ஆண்களிடம் போய் சேர்ந்திருந்தது. இங்கே தாத்ரிக்குட்டி என்கிற தன்னுடைய பெயரை பயன்படுத்தினால், (அது இராமன் தாத்ரி குடும்பப் பெயர் என்பதால்), தான் யார் என்பது வெளியே தெரிந்து விடலாம். இதனால், ஏதேனும் வேறு ஒரு பெயரை அவள் பயன்படுத்தியிருக்க வேண்டும் என்பது நிதர்சனமான உண்மை. தன் உண்மையான பெயரினை மறைத்துக் கொண்ட தாத்ரிக்குட்டி பற்றிய வர்ணனைகளைக் கேள்விப்பட்ட இராமன் நம்பூதிரியும், அந்தப் பெண்ணை எப்படியேனும் அடைந்துவிட வேண்டுமென்ற ஆசையில் அவளைத் தேடிச் சென்று அணுகியபோது, அப்பெண் வேறு யாருமல்ல, தன்னுடைய மனைவியான தாத்ரிக்குட்டிதான் அவள் என்பது இராமன் நம்பூதிரிக்குத் தெரிய வருகிறது.

தாத்ரிக்குட்டி, தன் கணவன் இராமன் நம்பூதிரியை அவமதிப்பதற்காக, தன் அடையாளத்தை வெளிப்படுத்தாமல் அவனை அழைத்தாள் என்பது பழமொழி. அவன் பேரின்பமாக அவளது சகவாசத்தை அனுபவித்து உச்சத்தை அடைந்தபோது, அவள் மீது பாராட்டு மழை பொழிந்தான். தன்னை திருமணம் செய்து கொள்ளும்படி வற்புறுத்த முயன்றான், கெஞ்சினான். பின்னர் அவளின் முக்காட்டினை

---

3   op. cit., p.31
4   Sethu Divya, op. cit., 20 January 2021.

தூக்கி பார்த்தபோது அவனுக்குப் பயங்கரமான அதிர்ச்சி காத்திருந்தது.[5]

ஊரிலுள்ள பெரிய மனிதர்கள் எல்லாம், புகழ்ந்து கொண்டிருக்கக்கூடிய அந்தப் பெண் தன்னுடைய மனைவி தான் என்று தெரிந்தபோது பேரதிர்ச்சி அடைந்தான் இராமன் நம்பூதிரி. தன் மனைவி தாத்ரிக்குட்டி பல ஆண்களுடன் உறவில் இருக்கிறாள் என்பதை அறிந்தவுடன், தன் இல்லத்திற்கு அடுத்த இல்லமான "கண்டஞ்சாத மனை"யை சேர்ந்த மூத்தவரான வாசுதேவன் நம்பூதிரியிடம் இச்செய்தியைத் தெரிவித்ததும், வாசுதேவன் நம்பூதிரிதான் கொச்சின் மகாராஜாவிடம் தாத்ரிக்குட்டி மீது ஸ்மார்த்த விசாரணை நடத்துமாறு உத்தரவிடக் கோரி இருக்கிறார் எனவும், மறுபுறம், தான் கற்பு நெறிகளை பிறழ்ந்து விட்டதாகவும், எனவே தன் மீது ஸ்மார்த்த விசாரம் நடத்த தாங்கள் ஏற்பாடு செய்ய வேண்டும் என்று தாத்ரிக்குட்டியே வாசுதேவன் நம்பூதிரியை அணுகியதாகவும் செய்திகளும் உண்டு.[6] மொத்தத்தில், அந்த நாளுக்காகத்தான் தாத்ரிக் குட்டியும் காத்துக்கொண்டு இருந்தாள்.

---

5 Joseph Thayamkeril, op. cit.,
6 Alankodu Leelakrishnan, (2012), op. cit., p.40

6
தாத்ரிக்குட்டியின் ஸ்மார்த்த விசாரம்

ஸ்மார்த்த விசார விதிகளின் படி ஒரு பெண் கற்பு நெறிகளைப் பிறழ்ந்து விட்டதாக அர்ஜனம் அல்லது அந்த நம்பூதிரி குடும்பத்தைச் சேர்ந்தவர்கள் சந்தேகிக்கின்ற பொழுது, முதல் கட்டமாக தாசி விசாரம் நடத்துவதற்கு நம்பூதிரி கிராம சபைக்கு அதிகாரம் உண்டு. அப்படியான ஸ்மார்த்த விசாரத்தை நடத்தி ஆதாரம் உண்டாக்குவதை நம்பூதிரி கிராம சபை செய்கிறது. தாசி விசாரம் செய்வதற்கு சம்பந்தப்பட்ட நம்பூதிரி குடும்பங்களில் மூத்தவர்களுக்கு அதிகாரம் இருந்திருக்கிறது. அந்த வகையில் குரியேடத்து இல்லத்தின் உறவினரான கண்டஞ்சாத மனையைச் சேர்ந்த மூத்தவரான வாசுதேவன் நம்பூதிரி தான் தாத்ரிக்குட்டியின் தாசி விசாரத்தை நடத்தி இருக்கிறார்.

பொதுவாக, தாசி விசாரத்தின் போது தன்னுடைய எஜமானி கற்பு நெறி தவறிவிட்டாள் என்பதை பணிப்பெண் தெரிவித்து விட்டாள் என்றால் கிராம சபையானது, அந்தப் பகுதியை ஆளுகின்ற மகாராஜாவிடம் சென்று விவரத்தை தெரிவிப்பார்கள். அந்த வகையில், தாத்ரிக்குட்டியின் தாசி விசாரத்தை நடத்தி முடித்து விட்டு, அவள்மீது ஸ்மார்த்த

விசாரணையை நடத்த வேண்டுமென்று வாசுதேவன் நம்பூதிரிதான், அப்போது கொச்சியை ஆண்டு வந்த மன்னனிடம் கோரிக்கை வைத்தார். அப்போதைய கொச்சின் மன்னரான, ஸ்ரீ ராமவர்மா மகாராஜா *(1895-1914)*, தாத்ரிக்குட்டியின் மீது ஸ்மார்த்த விசாரணை நடத்த இராமன் நம்பூதிரியின் வீட்டுக்கு ஸ்மார்த்தனையும் மீமாம்சகரையும் அனுப்பி வைத்தார்.[1]

தாத்ரிக்குட்டியின், ஸ்மார்த்த விசாரம் கேரளாவில் நடைபெற்ற விசாரணைகளில் மிகவும் சர்ச்சைக்குரிய ஒன்றாகக் கருதப்படுகிறது. ஏனெனில், இது மாநிலத்தில் உள்ள ஆணாதிக்க மற்றும் பெண் வெறுப்பு சமூகம் மற்றும் கலாச்சாரத்தின் மையத்தை அதிர்ச்சிக்குள்ளாக்கியது. அவளது விசாரணை கேரள பெண்கள் மற்றும் அவர்களின் விடுதலைக்கான வரலாற்றில் ஒரு திருப்புமுனையாக அமைந்தது.[2]

'பட்டச்சோமயாரத் ஜாதவேதன் நம்பூதிரி' என்பவர்தான் தாத்ரிக்குட்டியின் ஸ்மார்த்த விசாரத்திற்கு ஸ்மார்த்தனாக நம்பூதிரி கிராம சபையால் நியமிக்கப்பட்டார்.[3] காணிப்பையூர் நம்பூதிரி அககொய்மாவாக செயல்பட்டார். நான்கு மீமாம்சகர்கள் ஸ்மார்த்தனால் நியமிக்கப்பட்டனர்.

ஸ்மார்த்தன் இராமன் நம்பூதிரியின் வீட்டிற்கு வந்து அறைக்குள் அடைக்கப்பட்டிருந்த தாத்ரிக்குட்டியிடம் நிறைய கேள்விகளை கேட்டார். ஆனால் எந்தக் கேள்விக்கும் முதலில் தாத்ரிக்குட்டி பதிலளிக்கவே இல்லை. எவ்வளவு கேள்விகள் கேட்டாலும் ஒரு மயான அமைதியைத்தான் பதிலாக தந்தாள் தாத்ரிக்குட்டி. கடும் கோபத்திற்கு ஆளாகிப் போனார் அந்த ஸ்மார்த்தன். மாறாக, அவர் என்ன கிடுக்கிப்பிடி கேள்விகளைக் கேட்டாலும், எதற்குமே

1 *Alankodu Leelakrishnan, (2012), op. cit., p.40 – 41.*

2 *"Thathri Kutty, The Woman Behind Women Liberation in Malayalam History". www.shethepeople.tv. Retrieved 9 January 2023.*

3 *R. Sasisekhar, Theeyerinja Orma, Malayala Manorama Daily, 17 July 2016*

தாத்ரிக்குட்டியிடமிருந்து எந்தப் பதிலும் வரவில்லை. ஒரு கட்டத்தில் அந்த அறைக்குள் அடைத்து வைக்கப்பட்டிருந்த தாத்ரிக்குட்டி பேச ஆரம்பித்தாள். அதாவது, "நான் அனைத்து உண்மைகளையும் சொல்லத் தயார். ஆனால் என்னுடன் தொடர்பில் இருந்தவர்கள் யார் யார் எனச் சொல்கிறேனோ, அவர்கள் அத்தனை பேருக்கும் எனக்கு வழங்கக்கூடிய தண்டனையையே வழங்குவேன் என நீங்கள் வாக்குறுதி அளித்தால் நான் இந்த விசாரணைக்கு ஒத்துழைக்கத் தயார்" என்றாள் தாத்ரிக்குட்டி.

அதற்கு ஸ்மார்த்தனும் அரசனுடைய பிரதிநிதியான புறக்கொய்மாவும் வாக்குறுதி கொடுத்த பிறகு, தன் மீது வைக்கப்பட்ட குற்றச்சாட்டை தாத்ரிக்குட்டி ஒப்புக் கொள்கிறாள். அவ்வாறு ஒப்புக்கொண்டு தன்னுடன் உடலுறவு கொண்ட அத்தனை நபர்களின் பெயரையும் வரிசையாக கூறினாள் தாத்ரிக்குட்டி. மொத்தமாக அவள் 64 நபர்களின் பெயர்களைக் கூறினாள். தாத்ரிக்குட்டி கூறிய ஆண்களின் பெயர்கள் பெரும்பான்மையாக சமூகத்தில் உயர்ந்த நிலையில் இருந்த பெரிய மனிதர்களுடைய பெயர்களாக இருந்தன. அரச பதவிகளை அலங்கரிக்கக்கூடிய அவர்களுடைய பெயர்களும் அதில் இருந்தது. அந்த 64 பேரில் பலர் பெரும் கோடீஸ்வரர்கள், பலர் அரசின் உயரிய பதவிகளில் இருந்தவர்கள், ஒரு சிலர் கதகளி கலைஞர்களாக இருந்தார்கள். இத்தனை பெரிய மனிதர்களுடைய பெயர்கள் தாத்ரிக்குட்டியின் ஸ்மார்த்த விசாரணையில் அடிபட்ட உடனே, இந்த விஷயம் மிகவும் பரபரப்பாக அவ்வூரில் பேசப்பட்டது.

1904ஆம் ஆண்டின் இறுதியில், தாத்ரிக்குட்டியின் முதல் ஸ்மார்த்த விசாரம் முடிந்தது. ஆனால், சர்ச்சைகள் காரணமாக, மன்னர் மீண்டும் ஒரு முறை ஸ்மார்த்த விசாரத்தை நடத்த உத்தரவிட்டார்.[4] உயர் சமூக வகுப்பைச்

---

4 Who is the 65th partner? Say this name? |Malayalam News/". 5 January 2018. Retrieved 9 January 2023.

சேர்ந்தவர்கள், கதகளி கலைஞர்கள், இசைக்கலைஞர்கள், அரசாங்க அதிகாரிகள், அறிஞர்கள் மற்றும் பலர் சம்பந்தப் பட்டிருந்ததால் இதற்கு மக்கள் மத்தியில் பெரும் எதிர்ப்பு எழுந்தது, ஆனால் மன்னர் சமநீதியை வழங்க ஒப்புக் கொண்டார்.[5]

தாத்ரிக்குட்டியிடம் கெட்டுப்போன ஆண்கள், தெளிந்த அறிவுடன் சபையின் முன்பு ஆஜராகும்படி புறக்கொய்மா அவர்களுக்கு கடிதம் அனுப்பினார்.[6]

தாத்ரிக்குட்டியின் ஸ்மார்த்த விசாரத்தின் போது, சாதனத்தால் பெயரிடப்பட்ட ஆண்கள் சாதனத்தையும் அவளுடைய தாசியையும் குறுக்கு விசாரணை செய்ய அனுமதிக்கப்பட்டனர்.[7] இந்த ஸ்மார்த்த விசாரனண மிகவும் பிரபல்யமாக ஆன பிறகு மன்னனே நேரடியாக வந்து, இந்த ஸ்மார்த்த விசாரத்தில் கலந்துகொண்டார். தாத்ரிக்குட்டி தன்னுடன் உறவில் இருந்தவர்களின் பெயர்களை மட்டும் கூறவில்லை. மாறாக, அவர்கள் எப்போது தன்னை சந்திக்க வந்தார்கள், எந்த நேரத்தில் வந்தார்கள், எவர் மூலமாக வந்து தன்னிடம் பேசினார்கள், என்கிற அனைத்து தகவல்களையும் தெரிவித்தாள். இவை அனைத்தையும் தாத்ரிக்குட்டி தன்னுடைய நினைவுகளில் இருந்து எடுத்து சொன்னாள். சமூகத்தில் பெரிய அந்தஸ்தில் இருந்த பல ஆண்கள் தாத்ரிக்குட்டியின் குற்றச்சாட்டை மறுதலித்தார்கள். தாத்ரிக்குட்டி பொய் சொல்கிறாள் எனக் கூறி அவளின் குற்றச்சாட்டை மறுத்தார்கள்.

அச்சமயம், தாத்ரிக்குட்டி கொடுத்த பதில் என்பது எல்லாரையும் திகைத்து நிலைகுலைய செய்தது. தாத்ரிக் குட்டி, தன்னுடன் உறவில் இருந்த ஒவ்வோர் ஆணின் உடம்பில் இருந்த மச்சங்கள், வடுக்கள், குறிக்கள் மற்றும் அந்தரங்க பகுதிகளில் இருந்த பிற முக்கியமான அடையாளங்

5 *op. cit., Gods own trials.*

6 *Alankodu Leelakrishnan, (2012), op. cit., p. 33.*

7 *A. Madhavan, (1963), op.cit., p. 67*

களையும் புட்டு புட்டு வைத்தாள். எங்களுக்கும் தாத்ரிக் குட்டிக்கும் எவ்விதமான தொடர்பும் இல்லை என மறுத்து வந்த ஆண்களில் பல பேர், ஸ்மார்த்த விசாரணையின் போது தாத்ரிக்குட்டி கொடுத்த விவரங்களைக் கேட்டு வாய் அடைத்து நின்றார்கள். அவர்கள் இதை எதிர்பார்க்கவே இல்லை.

இத்தனை நுட்பமாக தாங்கள் அதில் சிக்க வைக்கப்பட்டு இருப்போம் என்று அவர்கள் ஒருபோதும் நினைத்திருக்க மாட்டார்கள். எனவே, கேள்விக்கு இடமின்றி தாத்ரிக் குட்டியுடன் அவர்கள் கொண்டிருந்த உறவு என்பது வெளிப்படையாக தெரிந்தது. அதன்பிறகு தாத்ரிக்குட்டி பொய் சொல்லவில்லை, அவள் கூறுவதெல்லாம் உண்மை என்பது எல்லோருக்கும் புரிய ஆரம்பித்தது.

தாத்ரிக்குட்டி எவ்வாறு தன்னுடைய உண்மை பெயரை மறைத்து பொய்யான பெயரைக் கூறி சமூகத்தில் உயர் நிலையில் இருந்த பல ஆண்களிடம் உறவு ஏற்படுத்திக் கொண்டிருந்தாளோ, அதே போல, பல ஆண்களும் ஒரு சில நம்பூதிரிகளும் பொய்யான பெயரைச் சொல்லி தாத்ரியிடம் பழகி வந்திருக்கிறார்கள். தாத்ரியின் ஸ்மார்த்த விசாரத்தின் போது, தாத்ரி கூறிய ஆண்களின் பெயர்களைப் புறக்கொய்மா அறிவித்த பொழுது ஒரு சிலரை அடையாளம் கண்டு கொள்ள முடியவில்லை. அப்படி அடையாளம் கண்டு கொள்ள முடியாத ஆண்களை கண்டுபிடிப்பதற்காக அரச ஒற்றர்கள், வைதீக சடங்குகள் நடக்கின்ற இடங்களுக்கு சென்று அந்த ஆண்களின் பொய் பெயர்களை உரக்கச் சொன்னார்கள். திடீரென்று திரும்பிப் பார்த்த அந்தப் பொய்க்கார ஆண்கள் எல்லாம் மாட்டிக் கொண்டார்கள்.[8]

1905ஆம் ஆண்டில், தாத்ரிக்குட்டியின் மீது இரண்டாவது விசாரணை நடத்தப்பட்டது. விசாரணையின் போது தாத்ரிக்குட்டி அனைத்து குற்றச்சாட்டுகளையும் ஒப்புக்

8 *Alankodu Leelakrishnan, (2012), op. cit., p. 33-34, 42.*

கொண்டாள். பதிலுக்கு சட்டம் அனைவருக்கும் சமமாக நிர்வகிக்கப்பட வேண்டும் என்று கோரினாள். கொச்சின் வரலாற்றில் முதன்முறையாக ஸ்ரீ ராமவர்மா மகாராஜா ஓர் ஆணை பிறப்பித்து, குற்றம் சாட்டப்பட்ட ஆண்கள் சாதனத்தைத் தாங்களாகவோ அல்லது வக்கீல் மூலமாகவோ குறுக்கு விசாரணை செய்ய அனுமதித்தார்.⁹

ஏற்கனவே, 1899ஆம் ஆண்டு ஸ்மார்த்த விசாரத்தின் ஒரு பகுதியாக புருஷ விசாரத்தையும் சேர்க்க சென்னை உயர்நீதிமன்றம் வலியுறுத்தியது. 'தாழகுளத்து இல்லம் ஸ்ரீதேவி' அந்தர்ஜனத்தின் ஸ்மார்த்த விசாரத்தில் குற்றவாளிகள் 15 பேர் சாவக்காடு முன்சிஃப் நீதிமன்றத்தில், 1903ஆம் ஆண்டைய சென்னை உயர்நீதிமன்றத்தின், ஸ்மார்த்த விசாரத்தின் ஒரு பகுதியாக புருஷ விசாரத்தையும் சேர்க்க வலியுறுத்திய உத்தரவை ரத்து செய்யக் கோரி மனு தாக்கல் செய்தனர். பல பகுஜன் இயக்கங்கள் ஸ்மார்த்த விசாரம் செயல்பாட்டில் சீர்திருத்தத்திற்காக எழுந்து நின்றன. புருஷவிசாரம் வேண்டும் என்று குரலெழுப்பின. சென்னை அட்வகேட் ஜெனரல் சர் வி. பாஷ்யம் அய்யங்காரும் புருஷ விசாரத்தை ஆதரித்தார்.

இத்தகைய சூழ்நிலையில், 1905 ஜூன் 7 அன்று, கொச்சின் ராஜா புருஷவிசாரம் செய்ய உத்தரவு பிறப்பித்தார். சாதனத்தின் கோரிக்கைகளை குறுக்கு விசாரணை செய்ய இந்த உத்தரவு ஆண்களை அனுமதித்தது. இது கொச்சியின் நீதி அமைப்புகளில் மாற்றங்களின் காலமாகும்.¹⁰

64 ஆண்களுடன் பரஸ்பர சம்மதத்துடன் உடலுறவு கொண்டதாக தாத்ரிக்குட்டி வெளிப்படுத்தினாள். தாத்ரி, தான் உடலுறவு கொண்டதாகக் கூறிய பலரில், அவளது தந்தையின் ஒன்றுவிட்ட சகோதரன் உட்பட அவளது நெருங்கிய உறவினர்களும் உண்டு. அவளைப் பாலியல்

---

9 P. Bhaskaranunny, (2000), op. cit., p. 240.
10 Sharafunnisa KM, op. cit., 26-29.

ரீதியாக துன்புறுத்தியவர்களின் பட்டியலில், 14 வயது சிறுவன் முதல் 85 வயது முதியவர் வரை இடம்பெற்றிருந்தனர்.

பொதுவாக ஸ்மார்த்த விசாரத்தில் ஆண்கள் அழைத்து விசாரிக்கப்படுவதில்லை. பெண் மட்டுமே விசாரிக்கப் படுவாள். அவள் தன்னுடன் உறவில் இருந்தவர்கள் யார் யார் எனத் தெரிவிப்பாள். குற்றம் சாட்டப்பட்ட ஆண்கள் ஒன்று தவறை ஒப்புக்கொள்ள வேண்டும். அப்படி ஒப்புக்கொள்ளாத பட்சத்தில் ஒரு சில வழிமுறைகள் இருக் கிறது. உச்சபட்சமாக "சுசீந்திரம் கைமுக்கு" முறைக்கு ஸ்மார்த்தர்கள் உத்தரவிடுவார்கள். அதையும் கூட பணத்தை கொடுத்து ஆண்கள் தவிர்த்து விடுவது தான் வழக்கமாய் இருந்தது. ஆனால், தாத்ரிக்குட்டியினுடைய ஸ்மார்த்த விசாரத்தில், குற்றம் சாட்டப்பட்ட ஆண்கள், அவர்களுடைய சமூக பின்னணி, அவர்கள் அதனை மறுத்தது, இவை எல்லாம் அந்த ஆண்களை அழைத்து விசாரிக்கப்படும் ஒரு நிர்பந்தத்திற்கு கொச்சின் மகாராஜாவை தள்ளியது. மேலும், மக்கள் சபை கூடி ஆண்களும் அழைத்து விசாரிக்கப்பட வேண்டும் என்று முடிவு எடுத்ததால், அந்தப் பரிந்துரையை ஏற்றுக் கொண்டு கொச்சின் மகாராஜாவும் தாத்ரிக்குட்டியால் குற்றம் சாட்டப்பட்ட ஆண்களையும் அழைத்து விசாரிப்பதற்கு உத்தரவிட்டார்.

சமூகத்தில் மிக முக்கியமான பதவிகளில் இருந்தவர்களின் பெயர்கள் அடிபட்டதும், அவர்களின் மேல் மக்கள் வைத்திருந்த மதிப்பும், நம்பிக்கையும் உடைய ஆரம்பித்தது. இவர்களை இத்தனை நாளும் உயர்வாக நினைத்திருந்தோமே என மக்கள் பலவாறாக பேச ஆரம்பித்தார்கள். தாத்ரிக் குட்டியின் உயிருக்கு பெரும் ஆபத்தும் இருந்தது.

அவரது உயிருக்கு அச்சுறுத்தல்கள் இருந்ததால், வழக்கு விசாரணை அவளது கிராமத்திலிருந்து வெவ்வேறு இடங் களுக்கு மாற்றப்பட்டது, பின்னர் கொச்சின் மன்னரின் தலைநகரில் உள்ள ஹில் பேலஸுக்கு மாற்றப்பட்டது.

ஆறு மாதங்களுக்கும் மேலாக நடந்த விசாரணையில், தன்னுடன் படுக்கையை பகிர்ந்து கொண்ட 64 நபர்களின் பெயர்கள், அவர்களது குடும்பங்கள் மற்றும் உறவினர்களின் பெயர்கள், அவர்கள் சந்தித்த சரியான தேதிகள் மற்றும் இடங்கள் ஆகியவற்றை வெளிப்படுத்தியதோடு, பல சமயங்களில் அவள், தன் காதலர்களிடமிருந்து பெற்ற காதல் கடிதங்கள் மற்றும் பிற பரிசுகளையும் ஒப்படைத்தாள். அவர்களின் அந்தரங்க உறுப்புகளில் இருந்த பிறப்பு அடையாளங்களைச் சுட்டிக்காட்டி, அடையாள அணி வகுப்பில் அவர்களை அடையாளம் காட்டினாள். 1905ஆம் ஆண்டு ஜூலை 13 ஆம் தேதி இரவு, கொச்சின் மன்னர் வழக்கு விசாரணையை திடீரென நிறுத்தினார்.[11]

கடைசியாக, தன்னுடன் படுக்கையை பகிர்ந்து கொண்ட 65 ஆவது நபருடைய பெயரைச் சொல்வதற்குப் பதிலாக தன்னுடைய அறையில் கதவின் கீழிருந்த ஓட்டையின் மூலம் ஒரு மோதிரத்தை வெளியே காண்பித்து, 'இந்த மனிதரின் பெயரையும் நான் சொல்ல வேண்டுமா?' என ஸ்மார்த்தனிடம் கேட்டாள், தாத்ரிக்குட்டி. அந்த மோதிரத்தை பார்த்ததுமே ஸ்மார்த்தனுக்கும் அவனுடனிருந்த கோய்மைகளுக்கும் அதிர்ச்சி தாங்கவில்லை. அரசன் தாத்ரிக்குட்டி மீதான ஸ்மார்த்த விசாரத்தை உடனேயே நிறுத்தும்படி உத்தரவிட்டான். அந்த நிமிடமே தாத்ரிக்குட்டி மீதான விசாரணை என்பது முடிவுக்கு வந்தது.[12]

தாத்ரிக்குட்டிக் காண்பித்த முத்திரை மோதிரம் கொச்சின் மகாராஜா அல்லது அவருக்கு வேண்டியப்பட்ட நெருக்கமான யாரோ ஒருவருடையது, அதனால்தான் அவர் அவசர அவசரமாக அந்த ஸ்மார்த்த விசாரத்தை முடித்துவிட்டார் என்ற குற்றச்சாட்டும் மன்னர் மீது எழும்பியது.

ஸ்மார்த்தர்களின் கேள்விகளுக்கு தாத்ரிக்குட்டி தந்த பதில்கள் காத்திரமாகவும், நேரடியாகவும் இருந்தன. இந்த

---

11 op. cit., Gods own trials.
12 Sethu, Divya, op. cit., 9 January 2023.

பதில்களை எல்லாம் கேட்டு திக்கு முக்காடி போன மாத்திரத்தில் அனைத்தையும் பதிவு செய்திருந்தார்கள், அவள் கூறியவை அனைத்தும் அய்யமின்றி உண்மைதான் என்று நம்பும் இடத்திற்குத் தள்ளப்பட்டார்கள். எனவே, அவள் கூறிய அனைத்தையும் பதிவு செய்து வைத்தார்கள். தாத்ரிக்கு முந்தைய ஸ்மார்த்த விசாரங்களில் கேட்கப்படும் கேள்விகள் மற்றும் பிற சங்கதிகள் எதுவும் எழுதி வைக்கும் பழக்கம் இருக்கவில்லை. ஆனால் தாத்ரி விஷயத்தில் சம்பந்தப்பட்ட ஆண்கள் அழைத்து விசாரிக்கப்பட்ட தனால், அவர்களிடம் கேட்கப்பட்ட கேள்விகள் மற்றும் அவர்களின் வாக்குமூலங்கள் அனைத்தும் முறையாக எண்களிட்டு எழுதி வைக்கப்பட்டன.[13]

தன்னோடு உறவில் இருந்தவர்களின் அந்தரங்க அங்க அடையாளங்களை சரியாக நினைவில் வைத்துக் கொண்டதும், ஸ்மார்த்தர்கள் விசாரணை மேற்கொண்ட போது எந்த விதமான அச்சமோ, வெட்கமோ, சலனமோ இல்லாமல் அந்நேரத்தில் அனைத்தையும் மிகத் துல்லியமாக வெளிப்படுத்தியதும்தான், தாத்ரியின் கலகத்தின் மிக முக்கியமான பகுதி என்கிறார், எழுத்தாளர் ஆலங்கோடு லீலாகிருஷ்ணன். அந்த இடத்தில் தாத்ரி சற்று பின்வாங்கி இருந்தாலும் இன்று நம்பூதிரி பெண்கள் தலைநிமிர்ந்து இருக்க முடியாது. பட்டவர்த்தனமாக தன்னோடு உறவில் இருந்த அனைவரையும் வெளிப்படுத்திய அந்த தருணத்தை குறித்து “குற்றவாளியான அந்தர் ஜனம்” நூலினுடைய கவிஞர் இவ்வாறு பதிவிடுகிறார்.

“நேரடியாகச் சென்றவர்கள் அனைவரையும்
நினைவு வைத்து பேரிட்டு அடையாளம் சொல்லி
அதி பொருத்தமாய் அள்ளிச் சொரிந்த

13 பட்ட சோமயாரத்து ஜாதவேதன் நம்பூதிரியின் அறிக்கை, ஸ்மார்த்த விசாரக் கோப்பு - எக்ஸ்டென்ஷன் 86, எண் - 8, அரசு பழைய ஆவண பாதுகாப்பு துறை, எர்ணாகுளம்.

வாக்குமூலம் கேட்டால் 'நோர்ட்ட'ரெனும் பாரிஸ்டரும் விரல் கடித்து சலாம் சொல்வார்".[14]

தாத்ரிக்குட்டியால் குற்றம் சாட்டப்பட்ட 64 நபர்களில், 30 நம்பூதிரி பிராமணர்கள் இருந்தார்கள். மேலும், 12 'அம்பலவாசிகள்', 10 தமிழ்நாட்டு ஐயர்கள் மற்றும் 11 நாயர் சாதியைச் சேர்ந்த ஆண்களும் இருந்தார்கள். குற்றம் சாட்டப்பட்டவர்களில் 59 நபர்கள் தங்களின் குற்றத்தை மறுத்தனர். அவர்களில் பெரும்பாலானோர் தாத்ரிக்குட்டி அவர்களைச் சந்தித்ததாக கூறிய தேதிகளில், தாங்கள் அந்த இடத்தில் இல்லை என்று கூறினர். ஆனால் தாத்ரிக்குட்டியின் குற்றச்சாட்டை மறுத்தவர்கள் சமர்ப்பித்த ஆதாரங்கள் போலியானது என நிரூபிக்கப்பட்டது. மூன்று பேர் குழு முன் ஆஜராகவேயில்லை.[15]

அவள் பெயரிட்டவர்களில் இருவர் மட்டுமே குற்ற வாளிகள் எனக் கண்டறியப்படவில்லை, ஒருவர் முஸ்லிம் என்பதாலும் (மற்ற மதங்கள் இந்த அதிகார வரம்பிற்கு உட்பட்டவை அல்ல) மற்றும் மற்றொருவர் சந்திப்பின் போது அவரது தவறான பெயரைக் கொடுத்ததாலும், அவர்களை கண்காணிக்க முடியவில்லை. மேலும் இரு அம்பலவாசிகள் இறந்து விட்டார்கள். எனவே, அவர்களுக்கு எதிராக வழக்கு தொடரவில்லை.

அவர்களில் பலர் அறிஞர்கள், புகழ்பெற்ற கதகளி கலைஞர்கள், கவிஞர்கள் மற்றும் பாடகர்கள். அந்தக் காலத்தில் புகழ்பெற்ற கதகளி கலைஞர்களாக இருந்த காவுங்கல் சங்கரப் பணிக்கர், காடலத் மாதவன் நாயர், பனங்காவில் நாராயண நம்பியார், அச்சுதப் பொதுவாள் ஆகியோர் தாத்ரிக்குட்டியுடன் ரகசிய உறவை வைத்திருந்த அவமானத்தால் தங்கள் வேலையை விட்டும், கிராமத்தை விட்டும் வெளியேறினர். ஸ்மார்த்தனின் (வேத நடுவர்)

---

14 Alankodu Leelakrishnan, (2012), op. cit., p. 32.
15 Smarthante Theerumanavum Swaroopam Cholliyavarude Peru Viavaravum, 1905, Regional Archives, Ernakulam.

சகோதரர்களில் இருவர் அவளுடன் ரகசிய உறவில் இருந்தனர். மேலும் ஸ்மார்த்தன் அவர்களுக்கு எதிராக முன்வைத்த மறுக்க முடியாத ஆதாரத்தால், அவர்களை குற்றவாளிகள் என்று அறிவிக்க வேண்டிய கட்டாயம் ஏற்பட்டது.[16]

அவள் சமூகத்தில் மிகவும் பலம் வாய்ந்த பலரைக் கைகாட்டி இருந்ததனால் அவளை கொலை செய்வதற்கு சதித்திட்டங்கள் தீட்டப்படலாம் என்று கருதியே மன்னர் அவளை பலத்த பாதுகாப்பில் வைத்திருந்தது மட்டுமின்றி, அவளை விசாரணை செய்யும் இடத்தையும் அடிக்கடி மாற்றி செம்மந்தட்டா, பள்ளிமண்ணா, இரிஞ்சாலக்குடா ஆகிய மூன்று இடங்களில் விசாரணை நடந்தது. இந்தக் காலகட்டத்தில், தாத்ரிக்குட்டி கடுமையான உடல் சித்திர வதைக்கு உள்ளானார். மணக்கால் நம்பூதிரி என்பவன் தாத்ரியைக் கடத்திச் சென்று கொல்ல முயன்றான்.[17] இதை யடுத்து, இரிஞ்சாலக்குடாவில் இருந்து திருப்புனித்துரா வுக்கு தாத்ரி கொண்டு வரப்பட்டபோது கொச்சின் அரசால் பெரும் பாதுகாப்பு ஏற்பாடுகள் செய்யப்பட்டன.[18]

வழக்கமான விசாரணைக்குப் பிறகு ஸ்மார்த்தன் பட்டச்சோமயரத் ஜாதவேதன் கொச்சின் மன்னரிடம் தனது அறிக்கையை சமர்ப்பித்தார். இதற்கிடையில், சஜ்ஜன சபை ஒன்று கூடி, காலம் மாறிவிட்டதால், ஆண்களுக்கும் ஒரு விசாரணை நடத்தப்பட வேண்டும் என்று அரசரிடம் கோரிக்கை விடுத்தது. ஆண்கள் முறையான குற்றப் பத்திரிகை தாக்கல் செய்யப்படாததால் அல்லது பெண்ணை குறுக்கு விசாரணை செய்யவோ அல்லது தற்காப்புக்காக வாதிடவோ வாய்ப்பு இல்லாததால், சட்டவிரோத உடலுறவில் ஈடுபடும் ஆண்களை சாதியமற்றவர்கள் என்று

---

16 op. cit., Gods own trials.
17 Sharafunnisa KM, P.28
18 op. cit., 1905, Regional Archives, Ernakulam.

அறிவிப்பது சட்டவிரோதமானது என்று சென்னை உயர் நீதிமன்றம் தெளிவாக உத்தரவிட்டுள்ளது குறிப்பிடத்தக்கது.

மேலே குறிப்பிட்டுள்ள ஜாதவேதனின் அறிக்கையில், சாதனத்திடமிருந்து பெறப்பட்ட தகவல்களைக் கொண்ட விசாரணையின் நிகழ்வுகளை பதிவு செய்வது வழக்கம் இல்லை என்பதையும், குரியேடத்து தாத்ரி வழக்கிலும் பாரம்பரிய முறையில் அத்தகைய நடைமுறை பின்பற்றப் பட்டது என்பதையும் சுட்டிக்காட்டுகிறது. ஆனால், குற்றம் சாட்டப்பட்டவர்களிடம் அரச கட்டளைப்படி விசாரணை நடத்துவது அவசியமாகிவிட்டதால், சம்பந்தப்பட்ட மனிதர்களைப் பற்றிய விஷயங்களையும் சுருக்கமாக எழுத வேண்டியிருந்தது. அதே வழியில், அந்த தாத்ரியின் குற்றச் சாட்டுகளைப் பற்றிக் குற்றம்சாட்டப்பட்ட ஆண்கள் என்ன சொல்கிறார்கள் என்பதை ஸ்மார்த்தன் கேட்டார். குற்றம் சாட்டப்பட்டவர்களால் சில ஆவணங்களும் சமர்ப்பிக்கப் பட்டன.

விசாரணைக்குப் பிறகு, அறுபத்து நான்கு பேர் ஊழலில் ஈடுபட்டதாகவும், அவர்களில் இருவர் இறந்துவிட்டதாகவும், ஸ்மார்த்தன் அறிவித்தார். இதன் விளைவாக, குற்றம் சாட்டப்பட்ட பெண்ணுடன் உறவில் இருந்ததாக ஊர்ஜிதப் படுத்தப்பட்ட ஆண்களில் இறந்த இருவர், ஒருவர் முஸ்லிம் சந்திப்பின் போது அவரது தவறான பெயரைக் கொடுத்த மற்றொருவர் போக, மற்ற ஆண்கள் சமூகத்திலிருந்து வெளியேற்றப்பட்டனர்.

மேற்கண்டவை, எர்ணாகுளத்தில் உள்ள மத்திய ஆவணக் காப்பகத்தில் வைக்கப்பட்டுள்ள, தொடர்புடைய பதிவு களில், அந்த வழக்கில் குற்றம் சாட்டப்பட்ட 64 ஆண்களின் பெயர்கள் உள்ளன. மிதுனம் 32, 1080 ME (ஜூலை நடுப்பகுதி, 1905) தேதியிட்ட ஸ்மார்த்தன் பட்டச்சோமயரத் ஜாதவேதன் நம்பூதிரியால் பட்டியலிடப்பட்டு சான்றளிக்கப்பட்டது.[19]

---

19 *Maddy Ramblings, op. cit., 23/07/2009.*

பொதுவாக, ஸ்மார்த்த விசாரணைகள், தாத்ரியின் விஷயத்தில் காணப்படுவது போல் மிகவும் நியாயமாகவும், நீதியுடனும் நடத்தப்பட்டதில்லை, தாத்ரியின் ஸ்மார்த்த விசாரணை இதில் விதிவிலக்கான ஒன்றாகும். ஆணாதிக்கச் சமூகத்தில் அனைத்து அதிகாரங்களும் ஆண்களிடம் இருந்தன. மேலும், குற்றம் சாட்டப்பட்ட ஆண்கள், பணம் மற்றும் பொருள் மூலம் ஸ்மார்த்தனை சரிக்கட்டித் தப்பிக்க ஏற்பாடு செய்தனர்.

அவரவர் குடும்பங்களில் இருந்தும், சாதியில் இருந்தும் விலக்கப்பட்ட ஆண்கள், பல்வேறு ஊர்களுக்குச் சென்று வெவ்வேறு பெயர்களில் தங்களுடைய வாழ்க்கையை நடத்த ஆரம்பித்தார்கள். பலர் உயிருக்கு பயந்து ஓடினர், சிலர் இறந்தனர், சிலர் தெருக்களுக்கு வந்தனர், மற்றவர்கள் தாங்க முடியாத அவமானத்தில் தங்கள் வீடுகளை விட்டு வெளியேறினர்.[20]

தாத்ரிக்குட்டிக்கு, பெண்களை துச்சமாக நடத்துகிற, வெறும் பாலியல் பொருளாக மட்டும் நடத்துகிற ஆண்களை பழிவாங்க வேண்டும் என்ற சிந்தனை எங்கிருந்து உதித்தது என்று யோசித்தால், அவள் சிறு வயது முதலே பாலியல் சீண்டல்களுக்கும், வற்புறுத்தல்களுக்கும் உள்ளாகி இருக் கிறாள் என்பதே அதன் காரணமாக நம்பப்படுகிறது. இப்படியான பாலியல் சீண்டல்களைத் தாத்ரிக்குட்டிக்கு முதன்முதலில் தந்தது யார் என்ற கேள்விக்கு கே.பி.எஸ். மேனன் அவர்கள்; ‘சிறு வயதில் தாத்ரிக்குட்டிக்கு சங்கீதம் சொல்லித் தந்த பாலத்தோல் நம்பூதிரிதான் முதலாமவராக இருக்க வேண்டும்’ எனக் கருதுகிறார். ‘இல்லை! இல்லை! அவளுடைய முதல் இரவில் அவளோடு படுக்கையைப் பகிர்ந்து கொண்ட அவளின் கணவன் ராமன் நம்பூதிரியின் அண்ணன் தான்’ என்று மாடம்பு குங்நுட்டன் சொல்கிறார். ஆனால் அந்த ஆண் யார் என்பதை சரியாக அடையாளம்

---

20 Op. cit., Gods own trials.

காண முடியவில்லை என்பதுதான், தாத்ரிக்குட்டி பற்றி நாவலை எழுதியிருக்கிற எழுத்தாளர் நந்தன் அவர்களின் கருத்தாகும்.

ஆனால் தாத்ரிக்குட்டி தன்னுடைய வாக்குமூலத்தில் முதல் குற்றவாளி எனச் சொல்வது, தனக்குச் சிறுபிராயத்தில் பாட்டு சொல்லித் தந்த பாலத்தோல் நம்பூதிரியையும் தன் கணவன் இராமன் நம்பூதிரியின் அண்ணன் நம்பியாப்தன் நம்பூதிரியையும் தான். அவள், அவர்கள் இருவருக்கும் சமமான இடத்தை கொடுத்தாள். அதேவேளை அவளுடைய பட்டியலில் அவளது தந்தை மற்றும் சகோதரனுக்கும் இடமிருந்தது என்பது அக்காலத்தில் நம்பூதிரிகள் சாதியில் பெண்கள் எந்த அளவுக்கு பாலியல் ரீதியாக ஒடுக்கப்பட்டிருந் தார்கள் என்பதற்கு இதைவிட சான்றாக வேறு எதையும் நாம் கூறத் தேவையில்லை என்பதுதான்.[21]

தாத்ரிக்குட்டி தனது குழந்தைப் பருவத்தில் தனக்கு பாலியல் தொல்லை கொடுத்ததால் பழிவாங்குவதற்காகவே வழக்கு விசாரணையின் போது பல ஆண்களின் பெயரைச் சொல்லி அழைத்ததாகவும் கூறப்படுகிறது. ஸ்மார்த்த விசார வரலாற்றில் முதன் முறையாக தாத்ரிக்குட்டியின் வழக்கின் போது தான் குற்றம் சாட்டப்பட்டவர்கள் குறுக்கு விசாரணை நடத்த அனுமதிக்கப்பட்டனர்.[22] பவித்ரன் தனது புத்தகத்தில், தனது தந்தை மற்றும் மைத்துனரால் பாலியல் ரீதியாக சுரண்டப்பட்டதாகவும், இதனால் பழிவாங்குவதற்கான அனைத்து காரணங்களும் அவளிடம் இருப்பதாகவும் கூறுகிறார். தாத்ரி விஷயத்தில், அவள் தந்தை மற்றும் சகோதரரால் கூட துஷ்பிரயோகம் செய்யப் பட்டாள். இவற்றைக் கொண்டு நம்பூதிரி சமூகத்தின் ஒழுக்கத்தை தாத்ரியால் கேள்வி கேட்க முடிந்தது. மாதவிடாய்

---

21 Alankodu Leelakrishnan, (2012), op. cit., p. 27-28.
22 What happened to Kuryedath Tatri and the sixty-four men after their expulsion?/ Mathrubhumi. Retrieved 9 January 2023.

காலத்தில் தன்னை அணுகி உடலுறவு கொண்ட தன் கணவனின் பெயரைக் கூட அவள் விசாரணையின் போது வெளிப்படுத்தினாள்.[23]

தாத்ரியால் குற்றம் சாட்டப்பட்ட ஆண்களில் ஒரு முக்கியமான கலைஞர் இருந்தார். அவர் தான் கதகளி நடனக் கலைஞர் காவுங்கல் சங்கரப் பணிக்கர். அவர் தொடர்ச்சியாக, தன்மீது தாத்ரிக்குட்டி வைத்த குற்றச்சாட்டை மறுத்துக் கொண்டே வந்தார். தனக்கு மீண்டும் முறையிட வாய்ப்புத் தர வேண்டுமென்று கோரிக்கை வைத்தும் வந்தார்.

7

ஸ்மார்த்த விசாரத்திற்குப் பின்

"நம்பூதிரி வரலாற்றில் தாத்ரிக்கு முன்பும் ஸ்மார்த்த விசாரங்கள் நடந்திருக்கின்றன. அது, அந்தர்ஜனங்களின் ஆசாரநெறிகளை உறுதிப்படுத்த பிராமண ஆண்களின் நிலையான ஒடுக்கு முறைக்கான அமைப்பாக இருந்தது. நம்பூதிரி கிராம சபைகளை ஆசார அனுஷ்டானங்களின் வழியில் நடத்திச் செல்லும் முழுப் பொறுப்பும், ஸ்மார்த்தர்கள் மற்றும் மீமாம்சகர்களின் தலைமையில் நடத்தப்பட்ட விசாரணைகளில் நிலை நிறுத்தப்பட்டு வந்தது. ஆயினும், அத்தகைய விசாரணைகளில் ஆண்கள் கொடூரமான தண்டனைக்கு ஆட்பட்ட வரலாறு, தாத்ரிக்கு முன்பு மிகச் சொற்பம்".

– ஆலங்கோடு லீலாகிருஷ்ணன்

தாத்ரிக்குட்டியின் கணவர் இராமன் நம்பூதிரி, அவளை இல்லத்திலிருந்து (வீட்டிலிருந்து) துரத்திய பிறகு, "இரிக்கப் பிண்டம்" வைக்கும் சடங்குகளை செய்தார் (இரிக்கப் பிண்டம் என்றால் இறந்தவர்களுக்கு இறுதிச் சடங்குகளைச் செய்து பிண்டம் வைத்தல் என்று பொருள்). ஸ்மார்த்த விசாரத்தை நடத்த வேண்டி மன்னனிடம் முறையிட்டதற் காகவும், அந்த வழக்கில் சிக்கிய பல ஆண்களும், அவர்களின் குடும்பத்தை சேர்ந்தவர்களும் கண்டஞ்சாத

மனையைச் சேர்ந்த வாசுதேவன் நம்பூதிரியைச் சபித்துத் தள்ளினார்கள். மறுபுறம், தாத்ரிக்குட்டிக்கு இரிக்கப் பிண்டம் படைத்து அவளை இறந்தவர்களில் ஒருவராக சேர்த்து, அவளைக் குடும்பத்தை விட்டு வெளியேற்றும் சடங்கை செய்து வைத்ததும் வாசுதேவன் நம்பூதிரிதான். எனவே ஊராரின் சாபத்தாலும், தாத்ரிக்குட்டியின் சாபத்தாலும் தன் குடும்பம் பெரும் துன்பத்தை அடைந்ததாக அவர்கள் கருதி வந்தார்கள்.

தாத்ரிக்குட்டிக்கு இரிக்கப் பிண்டம் வைத்து குடும்பத்தில் இருந்து இறந்தவர்களில் ஒருவராக கருதி, அவளை அக்குடும்பத்தில் இருந்து விலக்கிய பின், தாத்ரிக்குட்டி அந்த வீட்டை விட்டு கிளம்பும் முன் வாசுதேவன் நம்பூதிரியை திரும்பி பார்த்துச் சொன்னாள்: “எனக்கு மிக்க மகிழ்ச்சி, உங்கள் மீது எனக்கு நன்றி மட்டுமே உண்டு”. அவ்வாறு கை கூப்பி வணங்கிய போது அவள் கண்களில் நீர் வழிவதை வாசுதேவன் நம்பூதிரி பார்த்தார், எதுவும் சொல்லாமல் கதவை சாத்திவிட்டு திரும்பி பார்க்காமல் வீட்டிற்குள் சென்று விட்டார். வாசுதேவன் நம்பூதிரி, தாத்ரிக் குட்டியின் ஸ்மார்த்த விசாரத்தை இராமன் நம்பூதிரியின் வார்த்தைகளைக் கேட்டு மன்னரிடம் முறையிட்டாரா, அல்லது தாத்ரிக்குட்டியினுடைய வேண்டுகோளின் படி மன்னரிடம் கோரிக்கை வைத்தாரா என்பது தெரியாது. ஆனால், இளகிய மனம் கொண்ட வாசுதேவன் நம்பூதிரி, தாத்ரிக்குட்டி வீட்டை விட்டுக் கிளம்பும் முன் கூறிய வார்த்தையும், தாத்ரியின் கண்களில் வழிந்த நீரும், அவரைத் தன் வாழ்நாள் முழுவதும் மனதளவில் போராட வைத்திருக்கிறது. இதெல்லாம் நடந்திருக்க வேண்டியது இல்லை என்று, தன் இறுதிக் காலத்தில் அடிக்கடி சொல்லிக் கொண்டிருந்தாராம் வாசுதேவன் நம்பூதிரி.

ஸ்மார்த்த விசாரத்திற்குப் பின்பு தாத்ரிக்கு இரிக்கப் பிண்டம் வைத்த வாசுதேவன் நம்பூதிரி குடும்பத்தார், அந்த மனையை விட்டுவிட்டு கோளங்நாட்டுக்கரை என்னும்

ஊருக்கு சென்று விட்டார்கள். சில ஆண்டுகளுக்குப் பிறகுதான் அவர்கள் சொந்த ஊரான செம்மந்தட்டாவிற்கு வந்திருக்கிறார்கள். நம்பூதிரி சமூகத்திலிருந்து விலக்கப்பட்ட தாத்ரிக்குட்டி அதற்குப் பிறகு என்ன ஆனாள் என்பது சம்பந்தமான போதிய தரவுகள் கிடைக்கவில்லை.

அரசாங்கப் பதிவுகளின் படி, தாத்ரிக்குட்டி சாலக்குடிக்கு அனுப்பப்பட்டு ஆற்றங்கரை வீட்டில் குடியமர்த்தப்பட்டதாக இறுதியாக பதிவு செய்யப்பட்டுள்ளது. தாத்ரிக்குட்டியின் பணிப்பெண் தன் எஜமானியின் தலைவிதியைக் கண்டு மனம் உடைந்து, கண்ணூரில் உள்ள மன்னரின் புகலிடத் திற்குச் செல்லும்படி அவளை வற்புறுத்த முயன்றதாகக் கூறப்படுகிறது. அவளை மனைவியாகவோ அல்லது சகோதரியாகவோ சேர்த்துக்கொள்ள இன்னும் பலர் காத்திருந்தனர். தாத்ரிக்குட்டி அவற்றையெல்லாம் மறுத்து மறைந்தாள். அதன் பிறகு அவள் வாழ்வில் எந்த பதிவும் இல்லை. இருப்பினும், இது தொடர்பாக பல பிரபலமான நம்பிக்கைகள் உள்ளன.[1]

ஒரு சிலர் தாத்ரிக்குட்டி தமிழகம் வந்து கோயம்புத்தூரில் வாழ்ந்தார் எனவும், அவள் கிறிஸ்துவ மதத்திற்கு மாறி ஒரு கிறிஸ்தவரை மணந்தார் என்பது பிரபலமான நம்பிக்கை. பவித்ரன் தனது 'பிரிட்டிஷ் கமிஷன் டு இந்தியா' புத்த கத்தில், பிரிட்டிஷ் - இந்திய இரயில்வேயில் பணி புரிந்த ஆங்கிலோ - இந்தியன் கேங்மேன் ஒருவரைத் திருமணம் செய்து கொண்டு கோயம்புத்தூரில் குடியேறியதாகக் குறிப்பிடுகிறார். தாத்ரிக்குட்டி எண்பது வயது வரை தமிழ்நாட்டில் எங்கோ ஓரிடத்தில் வாழ்ந்து மறைந்ததாகக் குறிப்பிடுகிறார் அவுட்காஸ்ட் புத்தகத்தின் மொழிபெயர்ப் பாளரான திருமதி வசந்தி சங்கரநாராயணன்.[2]

1 *Joseph Thayamkeril, op. cit., Dec, 2015.*

2 *"Kuriedath Tatri: Stories of Torture from Age 9 to 23", Glimpses of Smart Thought/ Mathrubhumi. Retrieved 9 January 2023.*

ஒரு சிலர், தாத்ரிக்குட்டி தனது பெயரை மாற்றிக் கொண்டு கேரளாவிலேயே வாழ்ந்து வந்தாள் எனவும் சொல்பவர்களும் உண்டு. ஆனால், இவை எதற்குமே ஆதாரம் இல்லை. தாத்ரிக்குட்டிக்கு இரண்டு குழந்தைகள் இருந்தார்கள் எனவும், கேரள திரைத்துறையில் மிக முக்கியமான ஒரு நடிகையாக கொடிகட்டிப் பறந்த ஷீலதா தாத்ரிக்குட்டியின் மகள் வழி வாரிசு என்றும் சொல்லப்பட்டு வந்தது. ஆனால், அந்த வாதத்தைத் தொடர்ச்சியாக மறுத்து வந்திருக்கிறார் ஷீலதா.[3]

தாத்ரிக்குட்டியின் ஜாரன்களில் ஒருவரான மேலகத் கோபால மேனன், 1905 ஆண்டைய ஸ்மார்த்த விசார தீர்ப்பின் மூலம் நாடு கடத்தப்பட்டார். அந்த நேரத்தில், அவர் திருச்சூரில் நீதித்துறை அதிகாரியாக இருந்தார். அவர் தனது வேலை மற்றும் குடும்பத்தை விட்டு வெளியேற வேண்டிய கட்டாயத்தில் இருந்தார். மேலும், பாலக்காட்டில் உள்ள வடவன்னூரில் மருதூர் குடும்பத்தைச் சேர்ந்த சத்யபாமா என்ற ஈழவரை திருமணம் செய்து கொண்டு அவர் இலங்கைக்கு குடிபெயர்ந்தார். தமிழ் சினிமாவின் முன்னாள் சூப்பர் ஸ்டார் மற்றும் பின்னர் தமிழக முதல்வரான, எம். ஜி. ராமச்சந்திரன் (MGR) அவர்கள் மேலகத் கோபால மேனனின் மகன் என கருதப்படுகிறார்.[4]

தாத்ரிக்குட்டியின் தலைவிதி அவளது தந்தையால் தாங்க முடியாததாக இருந்தது. அந்தச் சம்பவத்திற்குப் பிறகு, அந்த களங்கத்திலிருந்து தன்னை விடுவித்துக் கொள்ள அவர் தற்கொலை செய்து கொண்டார். அவரது குடும்பத்தின் மற்ற உறுப்பினர்கள் பொது மக்களின் கேலி - கேள்விகளி லிருந்து தப்பிக்க கிராமத்தை விட்டு வெளியேறினர்.

---

3 Chandwani, Vasudha (29 October 2020). "Thathri Kutty: The Woman Who Challenged Brahminism Through Her Sexuality | #IndianWomenInHistory". Feminism in India. Retrieved 9 January 2023.
4 Joseph Thayamkeril, op. cit., Dec, 2015.

கதகளி கலைஞர் காவுங்கல் சங்கரப் பணிக்கரை கொச்சின் மன்னர் முழுவதுமாக சமூகத்திலிருந்து ஒதுக்கி வைத்ததனால் அவருக்கு கதகளி ஆடுவதற்கான மேடைகள் கிடைக்கவில்லை. தன் சாதியில் இருந்து விலக்கி வைக்கப் பட்ட காவுங்கல் சங்கரப் பணிக்கருக்கு அரசவைகளிலோ, கோவில்களிலோ கதகளி ஆடுவதற்கு வாய்ப்பு இல்லாமல் போனது. முன்பு கதகளி என்பது அரசு சபையில் மட்டுமே ஆடக்கூடிய ஒரு கலையாக இருந்து வந்ததும் இங்கே குறிப்பிடத்தக்கது. அதனால் அவர் மாத்தூர் கும்மு பிள்ளை ஆசானின் ஆட்டக் குழுவில் சேர்ந்தார். ஆனால் மலபார் மற்றும் கொச்சின் பகுதியில் செயல்பட்டு வந்த இதர கதகளி ஆட்ட குழுக்களும் சங்கரப் பணிக்கரை தம் குழுவில் சேர்த்துக்கொள்ளத் தயாராக இல்லை, சேர்த்துக் கொண்டால் அவர்களுக்கும் அரசரின் ஆதரவு கிடைக்காது என்று கருதி அவரை விட்டு ஒதுங்கியே இருந்தனர்.

வறுமையும் அவமானமும் சங்கரப் பணிக்கரை துரத்தியது. ஆனால், சங்கரப் பணிக்கர் இத்தகைய அச்சுறுத்தல்கள் மற்றும் புறக்கணிப்புகளைக் கண்டு பயப்படுவதாக இல்லை, ஒதுங்கி இருக்கவும் தயாராக இல்லை. இத்தகைய தடை களை எல்லாம் சங்கரப் பணிக்கர் எதிர்த்து போராட தயாராக நின்றார். அவர் செய்தது இதுதான் பழைய முறை யிலான கதகளியிலிருந்து சற்று விலகி ஏழை எளிய மக்கள் கண்டு களிக்கின்ற வகையிலான கதகளியை உருவாக்கத் தயாரானார்.

பொதுவாக கதகளி அரசவைகளிலும் கோவில்களிலும் தான் நடந்து வந்தது. ஏழை, எளிய மக்கள் கதகளி பார்ப் பதற்கு வாய்ப்பும் இல்லாமல் இருந்தது. சங்கரப் பணிக்கர் அவர்கள், அவர் காலத்தில் வாழ்ந்த பல கலைஞர்களை ஒன்று திரட்டி மக்கள் கதகளி குழு ஒன்றினை உருவாக்கினார். ஆரம்பத்தில் அவருடன் இணைந்து கொள்ள பல கதகளி கலைஞர்கள் தயங்கினாலும் கூட, அவருடைய தொடர்

முயற்சியால் புகழ்பெற்ற பல கலைஞர்களை தன் குழுவில் அவரால் சேர்க்க முடிந்தது.

அவர் கிராமம் கிராமமாக சென்று விவசாய விளை நிலங்களில் மேடை அமைத்து கதகளி நடனத்தை கிராமப்புற மக்களுக்கு ஆடி காண்பித்தார். இதன் மூலமாக எளிய மக்களுக்கும் கதகளி பார்ப்பதற்கான வாய்ப்பு கிடைத்தது. அதனால், இதற்கு முன்பு அரசு சபையில் மட்டுமே ஆடக்கூடிய ஒரு கலையாக இருந்த கதகளியாட்டம் பல்வேறு நிலைகளில் பரிணாமம் பெற்றது.

ஏழை - எளிய மக்கள் கண்டு களிக்கும் விதமாக, புதிய விதமான கதகளி முறையை அவர் உருவாக்கி நடத்த முற்பட்டாலும் அதற்கான மேடைகள் தேவை. விவசாயி களின் வயல்கள் மேடைகள் ஆயின. அறுவடை முடித்த வயல்வெளிகளிலும், வெள்ளரி நிலங்களிலும் விவசாய தொழிலாளர்கள் ஆட்டக்களத்தை உருவாக்குவதற்கு உதவி செய்தார்கள். இவ்வளவு நாள் தங்களுக்கு கிடைக்காத இந்த கலையை சங்கரப் பணிக்கர் மூலமாக கிடைத்ததனால், காசு - பணம் வாங்காமலேயே அந்த மேடையை உருவாக்கி தர அவர்கள் முன்வந்தார்கள்.

அக்கம்பக்கக் கிராமங்களிலிருந்து பல்வேறு சமூகங்களைச் சேர்ந்தவர்கள் சங்கரப் பணிக்கரின் கதகளி நடனத்தை காண பல்வேறு தடைகளை எல்லாம் தாண்டி வயலில் வந்து கூடினார்கள்.[5] கதகளிமீது பேரார்வம் கொண்டிருந்த நம்பூதிரி பிராமணர்கள் கூட வயலில் வந்து கொஞ்சம் கொஞ்சமாக கூட ஆரம்பித்தார்கள். முதலில் மாறுவேடத்தில் வந்தவர்கள், ஒரு கட்டத்தில் வெளிப்படையாக சங்கரப் பணிக்கரின் கதகளி நடனத்தைக் காண வயல்வெளிகளில் வந்து கூடினார்கள்.

சங்கரப் பணிக்கருக்கு, நீண்ட காலம் கொச்சின் மன்னரின் அரசவை மற்றும் கோவில்களில் நடனம்

---

5 Alankodu Leelakrishnan, (2012), op. cit., p. 50-54.

ஆடுவதற்கு தடை விதிக்கப்பட்டிருந்தாலும், பிற்காலத்தில் வெங்கிச்சன் என்கின்ற மத்தளக்காரரின் பெரும் முயற்சியால், அதே கொச்சின் மகாராஜாவின் முன்னிலையில் சங்கரப் பணிக்கர் கதகளி ஆடுவதை உறுதிப்படுத்தினார். முதல் முறையாக பள்ளச்சன, திருவாலத்தூர் ஆகிய ஊர் கோவில்களில் அவருடைய சாதி நீக்கம், விலக்கப்பட்டு சங்கரப் பணிக்கரின் கதகளி நடனம் நடந்தேறியது.[6]

தாத்ரிக்குட்டியின் ஸ்மார்த்த விசாரத்தின் மூலம் சமூக, சாதி நீக்கம் செய்யப்பட்டவர்களில் தன் பழைய நிலைக்கு திரும்பிய ஒரே நபர் காவுங்கல் சங்கரப் பணிக்கர் மட்டும் தான். அதற்குக் காரணம் அவருடைய விடாமுயற்சியும், உழைப்பும்தான். எல்லாவற்றிற்கும் மேலாக, அவர் கதகளி கலையை வெகு மக்களிடம் கொண்டு சென்றதும்தான். காவுங்கல் சங்கரப் பணிக்கரின் முயற்சியால் கதகளி நடனம் மக்கள் நடனமாக மாறிப் போனது. தாத்ரியின் புரட்சி என்பது நம்பூதிரி குடும்பங்களில் மட்டும் தலைகீழ் மாற்றத்தைக் கொண்டுவரவில்லை. மாறாக, அது சமூகத்தின் பல்வேறு தளங்களிலும் இருந்தது. அதற்கான ஒரு உதாரணம் தான் காவுங்கல் சங்கரப் பணிக்கரின் கதகளி நடனம் மக்கள் நடனமாக மாறிய வரலாற்று நிகழ்வாகும்.

விசாரணைக்கு உத்தரவிட்ட கொச்சின் மன்னரின் பெயரும் பிற்கால விவாதங்களில் சிக்கியது. சோதனை பதிவுகள் மற்றும் ஆவணங்கள் கொச்சின் ஆவணக் காப்பகங்கள் மற்றும் அக்கால பிராந்திய செய்தித்தாள்களில் கிடைக்கின்றன.[7] தாத்ரிக்குட்டியின் ஸ்மார்த்த விசாரத்திற்குப் பிறகு கொல்லம் ஆண்டு 1080ஆம் ஆண்டில், கொச்சினை ஆண்டு வந்த மகாராஜாவிடம் இருந்து ஒரு முக்கியமான அறிவிப்பு வந்தது. அந்த அறிவிப்பு ஸ்மார்த்த விசாரம் மற்றும் நம்பூதிரிகளின் சமூக கட்டமைப்பு குறித்த

---

6 Alankodu Leelakrishnan, (2012), op. cit., p. 56-57.
7 Vandhana Nair N, op. cit., 2021.

கேள்விகளை எழுப்புவதற்கான ஓர் அறிவிப்பாக இருந்தது. இந்த அறிவிப்பு கூட நம்பூதிரிகளின் கூட்டமைப்பு நலச் சங்கம் உருவானதற்கான காரணமாக இருந்திருக்கலாம் என்று நம்பப்படுகிறது.[8]

வரலாற்றில் தன் கடமையை செய்து விட்ட திருப்தியுடன் தாத்ரிக்குட்டி விசாரணை முடிந்ததுடன் தொலைந்து போகிறாள். ஆனால் அவள் பற்ற வைத்த அந்த நெருப்பு, நம்பூதிரி சமூகத்தை ஆட்டி வைத்தது. தாத்ரி ஏற்படுத்திய பெரும் கலகத்திற்கு பின்பு 1907ஆம் ஆண்டில் நம்பூதிரி கூட்டமைப்பு நலச் சபை நிறுவப்பட்டது. அந்த நலச் சபையில் இருந்து உன்னி நம்பூதிரி, வீ. டி. பட்டத்திரிபாடு, இ. எம். எஸ். நம்பூதிரி பாடு போன்ற புரட்சிகர சிந்தனை கொண்ட இடதுசாரி தலைவர்கள் தோன்றினார்கள். அவர்கள் நம்பூதிரி சமூகத்தில் முற்போக்கான பல்வேறு மாற்றங்கள் ஏற்படுவதற்குக் காரணமாக இருந்தார்கள் என்றால், இத்தகையோர் உருவாவதற்குக் காரணமாக தாத்ரிக்குட்டி இருந்தாள்.[9]

தாத்ரிக்குட்டிக்கு பின்னாலான நம்பூதிரி கூட்டமைப்பு நலச் சபையின் பிரதான செயல்பாடுகள் என்பவை, நம்பூதிரிகள் சமூகத்தில் நிலவி வந்த விதவை மணம் மறுப்பு, பலதார மணம், சம்மந்தம் போன்ற கட்டமைப்புகளுக்கு எதிராக மிகவும் கடுமையான விமர்சனங்கள் சபைக்குள்ளே வைக்கப்பட்டன. மேலும், முதியவர்கள் மிகவும் இளம் வயது பெண்களை திருமணம் செய்வதற்கு எதிராகவும் மிகக் கடுமையான கண்டனங்கள் எழுந்தன. இவை எல்லாம் ஒன்று சேர்ந்து கேரளத்தில் மேல் தட்டு சமூகங்களில் மோசமான ஒடுக்குமுறைக்கு உட்படுத்தப்பட்ட பெண்களின் முன்னேற்றத்திற்கு வித்திட்டது. தாத்ரிக்குட்டி முன்னெடுத்த புரட்சி போராட்டத்தின் வெளிப்பாடு இவ்வாறாக விளைந்தது.

---

8 Alankodu Leelakrishnan, (2012), op. cit., p. 64.
9 Ibid., p. 62-63.

1907ஆம் ஆண்டு வாக்கில் நம்பூதிரி சமூகத்தில் நிலவிய இத்தகைய பழக்க வழக்கங்கள் மாற்றப்பட வேண்டும் என்ற கோரிக்கையுடன் நம்பூதிரி யோக ஷேம மகாசபா ஆரம்பிக்கப்படுகிறது. K.U. நம்பூதிரிபாடு முதலிய இளைஞர்களால் தொடங்கப்பட்ட அந்த இயக்கம், நம்பூதிரி பிராமணர்களை 20ஆம் நூற்றாண்டுக்கு இழுத்து வருகிறது. இந்த சங்கத்தின் மற்றொரு முக்கிய நபர் பின்னாட்களில் கேரளா முதல்வராக இருந்த E.M.S.நம்பூதிரிப்பாடு ஆவார். நம்பூதிரி யுவஜன சங்கம் 1920ஆம் ஆண்டு உருவானது, இது சடங்குகளின் சவப்பெட்டியில் இறுதி ஆணியாக அமைந்தது. நம்பூதிரி சமூகம் பல சீர்திருத்தங்களைக் கண்டது. மெதுவாக, நம்பூதிரி சமூகத்தில் உள்ள பெண்கள் ஒரு வலுவான நிலையை நோக்கி நகரத் தொடங்கினர். மேலும், அவர்கள் இல்லத்தை விட்டு வெளியே சென்று தங்களுக்கான இடத்தைச் செதுக்கிக்கொள்ள நம்பூதிரி யோக ஷேம மகாசபா, நம்பூதிரி யுவஜன சங்கம் போன்ற அமைப்புகள் களத்தில் நின்றன.[10]

தாத்ரிக்குட்டிக்கு பிற்காலத்தில் வீ.டி. பட்டத்திரிபாடு போன்றவர்கள் மிக வெளிப்படையாக அந்தர்ஜனங்களை 'அறைகளை விட்டு வெளியே வாருங்கள்' என அழைக்கும் விதமாக தங்களின் எழுத்துக்கள், நாடகங்கள் போன்றவற்றின் மூலம் செயலாற்றினார்கள். அதற்காகவே, "அடுக்களை யிலிருந்து அரங்கத்திற்கு" என்ற நாடகத்தை இ. எம். எஸ். நம்பூதிரிபாடு அவர்கள் இயற்றி அந்தர்ஜனங்கள் மத்தியில் நடித்துக் காட்டி நம்பூதிரி சமூக பெண்கள் மத்தியில் விழிப்புணர்வை ஏற்படுத்த மிகத் தீவிரமாக செயல்பட்டு வந்தார். இங்கே தாத்ரி விட்டுச் சென்ற புரட்சிகர செயல் பாடுகளை வீ.டி. பட்டத்திரிப்பாடு, இ.எம்.எஸ். நம்பூதிரிப்பாடு போன்ற புரட்சிகரத் தலைவர்கள் தொடர்ந்ததை புரிந்து கொள்ளலாம்.

வீ.டி. பட்டத்திரிபாடின், நம்பூதிரி பெண்களின் விடுதலைக்கான போராட்டத்தின் விளைவாக பார்வதி

---

10 Divya Sethu, op. cit., January 20, 2021

நென்மினிமங்கலம், ஆர்யா பள்ளம், ஸ்ரீதேவி, உமாதேவி, தேவகி நரிக்காட்டிரி முதலிய பெண்கள் தாத்ரிக்குட்டி விட்டுச் சென்ற பெண் விடுதலைக்கான பணியை வெவ் வேறு தளங்களில் செய்திட எழுந்து வந்தார்கள். அதே போல லலிதாம்பிகா அந்தர்ஜனம் இலக்கியத்தளத்தில் தவிர்க்க முடியாத ஓர் ஆளுமையாக அந்தர்ஜனத்திலிருந்து உருவாகி வந்திருந்தார்.[11]

தாத்ரிக்குட்டியின் ஸ்மார்த்தவிசாரம் சமூகத்தில் பெரும் கலகத்தையும், நம்பிக்கைகளையும் ஏற்படுத்தியிருந்தாலும் கூட தாத்ரிக்குட்டிக்குப் பிறகும் ஸ்மார்த்தவிசாரம் நடை முறையில் இருந்ததை நம்மால் அறிய முடிகிறது. 1918ஆம் ஆண்டில் மற்றொரு ஸ்மார்த்தவிசாரம் பற்றி பதிவுகள் பேசுகின்றன. 1829ஆம் ஆண்டில் கொச்சியில் நடை பெற்ற ஸ்மார்த்த விசாரம் பற்றிய குறிப்புகள் உள்ளன. சாதனம் இல்லத்திலிருந்து நீக்கப்பட்ட பிறகு, நம்பூதிரி பெண்களின் கற்பின் அடையாளமான 'மரக்குடா' அகற்றப்பட்டது.[12]

அந்த நேரத்தில் தென்னிந்தியா முழுமைக்கும் அதிகார வரம்பைக் கொண்டிருந்த ஒரே நீதிமன்றமான மெட்ராஸ் (தற்போதைய சென்னை) உயர்நீதி மன்றத்தில் இந்தத் தீர்ப்பு சவால் செய்யப்பட்டது. மேல்முறையீட்டு நீதிமன்றம் 1918ஆம் ஆண்டில் ஸ்மார்த்த விசாரத் தீர்ப்பை மாற்றியது மற்றும் இந்த வழக்கில் நடைபெற்ற ஸ்மார்த்த விசாரம் செல்லாது என தீர்ப்பளித்தது. ஆனால், ஸ்மார்த்தவிசார தீர்ப்பினை ஏற்கனவே நடைமுறைப்படுத்த துவங்கி விட்டதால், மேல்முறையீட்டுத் தீர்ப்பை நிறைவேற்றுவதில் தாமதம் ஏற்பட்டது. எனவே, ஸ்மார்த்தன்களால் குற்றவாளிகளாகக் கண்டறியப்பட்டவர்கள் வழக்கத்தின் படி "பிரஷ்டு," உத்தரவிடப்பட்டு தண்டிக்கப்பட்டிருந்தனர்.[13]

---

11 *Alankodu Leelakrishnan, (2012), op. cit., p. 70-71*

12 *News Letter, op. cit., p.13, Regional Archives, Ernakulam.*

13 *Joseph Thayamkeril, op. cit., Dec, 2015.*

இந்தச் சூழல், இனிமேல் யாருக்கும் எதிராக 'ஸ்மார்த்த விசாரம்' நடத்துவதை தடைசெய்யும் அறிவிப்பை வெளியிட கொச்சின் ராஜாவைத் தூண்டியது. எதிர்காலத்தில் இதுபோன்ற பொது சங்கடங்கள் ஏற்படுவதைத் தடுக்க கருவூலத்தில் ஒரு பெரிய தொகை கொச்சின் ராஜாவால் டெபாசிட் செய்யப்படும். 1890 C.E. மற்றும் 1924 C.E.-க்கும் இடைப்பட்ட காலத்தில் ஸ்மார்த்தவிசாரம் தொடர்பான வழக்குகளில் நம்பூதிரி பெண்கள் விருப்பத்துடன் ஒதுக்கி வைக்கப்படுவதைக் கண்டதன் மூலம் இந்த முன்மொழிவின் கட்டாயம் ஏற்பட்டது.[14]

ஸ்மார்த்தவிசாரம் நடத்துவதைத் தடை செய்யும் கொச்சின் ராஜாவின் அறிவிப்பானது, நம்பூதிரி சமூகத்தில் மட்டுமின்றி நாயர் சமூகத்திலும், திருமண அமைப்பு மற்றும் குடும்ப வரையறைகளை முழுமையாக மாற்ற வேண்டும் என்கிற பிரக்ஞையை மிகக் குறிப்பாக நாயர்களுக்குள் ஏற்படுத்தியது. தாத்ரியின் விசாரணையைத் தொடர்ந்து, திருமண விதிகளைத் தளர்த்துதல் மற்றும் சம்பந்தம் நடைமுறையை ஒழித்தல் போன்ற கருத்துகளை, சில புரட்சிகர நம்பூதிரிகளின் தலைமையில் யோக க்ஷேம சபை முன் வைத்தது.[15]

இது நாயர் சமூகத்திலும் பெரும் செல்வாக்கை ஏற்படுத்தியதால், அவர்களும் தாய்வழி முறைக்கு எதிராக கிளர்ச்சியை செய்ய தைரியத்தை வரவழைத்துக் கொண்டனர். தந்தை வழி முறைக்கு மாற விரும்பி, காலப்போக்கில், இரு சமூகத்தினரும் தங்கள் குறைகளைத் தீர்ப்பதில் வெற்றி பெற்றனர். இந்து திருமணச் சட்டம், 1955 (சட்டம் 25, 1955) மற்றும் இந்து வாரிசுச் சட்டம், 1956 (சட்டம் 30, 1956), ஆகிய புதிய சட்டங்கள் அமலுக்கு வந்து கேரளச் சமூக மாற்றத்திற்குத் துணை நின்றன.[16]

---

14 Vandhana Nair N, op. cit., 2021.
15 Arjun. M. Pisharodi (23 September 2021). "Thatrikutty - The Patriarchy Smasher". Medium. Retrieved 9 January 2023.
16 Joseph J. Thayamkeril, Excerpts from; MEMOIRS - An autobiography,

எவ்வாறிருப்பினும், தாத்ரிக்குட்டியின் புரட்சியானது, கடுமையான சாதிவெறி மற்றும் ஆணாதிக்க நம்பூதிரி சமூகத்திலும், பொதுவாக மலையாளி சமூகத்திலும் நீடித்தத் தாக்கத்தை ஏற்படுத்தியது. அவளது விசாரணைக்குப் பிறகு, தூய்மையானதாகக் கருதப்பட்ட சாதிய விழுமியங்களைக் கேள்வி கேட்க பலர் முன்வந்தனர். ஸ்மார்த்த விசாரத்தின் கடைசி சில நிகழ்வுகளில் தாத்ரியின் விசாரணையும் ஒன்றாகும். அந்த நடைமுறை காலத்தால் மெல்ல மெல்ல அழிந்தது.

1969இல், மாடம்பு குஞ்சுக்குட்டன் குரியேடத்து தாத்ரியின் உண்மைக் கதை மற்றும் ஸ்மார்த்தவிசாரம் ஆகியவற்றின் அடிப்படையில் பிரஷ்டு (புறஜாதி) என்னும் நாவலை எழுதினார். 1994ஆம் ஆண்டில்வெளிவந்த ஹரிஹரனின் பரிணயம் என்னும் மலையாளத் திரைப்படம் குரியேடத்து தாத்ரியின் ஸ்மார்த்த விசாரத்தை அடிப் படையாகக் கொண்டது.[17]

Kochi, Kerala, India
17 "Revisiting a trial". The Hindu. 22 July 2010. ISSN 0971-751X. Retrieved 9 January 2023.

8

தாத்ரி செய்தது புரட்சியா? - விபச்சாரமா?

தாத்ரிக்குட்டி சென்ற நூற்றாண்டின் ஆரம்பத்தில் நம்பூதிரி பார்ப்பனர்களிடையே பெரும் கலகத்தை உண்டாக்கியவள். நம்பூதிரிகளின் பல சம்பிரதாயங்களை கேள்விக்கு உள்ளாக்கியதிலும், நம்பூதிரிகளிடையே பெரும் கொந்தளிப்பும், அதன் விளைவாக கேரள சமூகத்தில் பல்வேறு சீர்திருத்தங்களும் ஏறபட மறைமுகக் காரணி யானவள். தாத்ரிக்குட்டி நம்மிடம் இருந்து மறைந்து இருக்கலாம் அல்லது அவள் இருந்த இருப்பிற்கான ஆதாரம் இல்லாமல் போய் இருக்கலாம். ஆனால், அவள் எதை நினைத்து அந்தக் காரியத்தை செய்தாளோ, அது அடுத்த பத்தாண்டுகளிலேயே நடந்தேற ஆரம்பித்தது.

பாலின அடிப்படையிலான ஆண் மேன்மையை, தொடர்ந்து நிறுவி வந்த மிகவும் சிக்கலான மற்றும் கொடுமையானதொரு அமைப்பை அடித்து நொறுக்க, அவள் தன் உடலைப் பயன்படுத்தினாள் என்று சிலர் கூறுகிறார்கள். சிலர், அதை, அவளுடைய சாந்தம் என்று கருதுகிறார்கள். அவளின் பெண் விடுதலைக்கான வேள்வியை, அது அவளுடைய முரட்டுத்தனம்; அதைத் தாண்டி வேறு ஒன்றும் இல்லை என்று சிலர் கூறுகிறார்கள்.

ஆனால், அவள் எதற்காக கலகம் செய்தாளோ, அது நன்றாகவே முடிந்தது.[1]

தாத்ரிக்குட்டியின் ஸ்மார்த்த விசாரத்தில் எழுந்த முக்கிய கேள்விகள்; தாத்ரிக்குட்டியின் நோக்கம், தனக்கு நேர்ந்த அநியாயமான துன்புறுத்தல்கள் மற்றும் கசப்பான அனுபவங்களுக்குப் பழிவாங்க வேண்டுமென்று மேற் கொள்ளப்பட்ட முயற்சியா? அல்லது, ஆணாதிக்கக் கட்டமைப்பு, பழக்கவழக்கங்கள் மற்றும் துரதிர்ஷ்டவசமான பிராமணப் பெண்களின் பாலின சுரண்டல்களுக்கு எதிரான அவளது வெளிப்படையான எதிர்ப்பா? என்பதுதான்.

அந்தர்ஜனங்களுக்கு காதல் என்கின்ற வாய்ப்பு என்றைக்கும் கிடைத்ததில்லை. ஏனென்றால், அவர்கள் அந்தர்ஜனம். அவர்களால் வெளியுலகத்தை மற்ற சாதிப் பெண்களைப் போல் பார்க்க முடியாது. வெளி ஆண்களை ஏறெடுத்தும் பார்க்க முடியாது. தன் கணவன் அல்லது குடும்பத்தைச் சேராத வெளி ஆண்களிடம் பேச முடியாது. எந்த வெளி ஆணின் அன்பையோ அல்லது அவர்களின் பண்பார்ந்த அணுகுமுறைகள் குறித்தோ சிந்திக்க முடியாது. ஓர் ஆணை நேசித்து, 'நான் உன்னை நேசிக்கிறேன்' என்று அவனிடம் சொல்ல முடியாது. அவர்களுக்கு தெரிந்த தெல்லாம் அடுப்பங்கரையும், சக்களத்தி சண்டையும், பாலியல் சித்திரவதைகளும்தான்.

பலதார மணம், மிகவும் இளம் வயது பெண்களை முதிய ஆண்களுக்கு திருமணம் செய்து வைத்தல், மிகச் சிறு வயதிலேயே விதவைகளாகவும், முதிர் கன்னிகளாகவும் வீழ்த்தப்பட்டு, வெந்தும் - நொந்தும் அடுப்பங்கரையில் சக்களத்தி சண்டை இடுபவர்களாகவே அவர்களுடைய வாழ்நாள்கள் கழிந்தன. இதுவே அந்தர்ஜனங்களுக்கு விதிக்கப்பட்டது. ஆனால், அதே அந்தப்புரத்தில் இருந்து ஒரு புரட்சிக்காரியாக வெளிப்பட்டாள் தாத்ரிக்குட்டி.[2]

---

1 Op. cit., quintessentiallyurs.wordpress.com. 13/12/17
2 Alankodu Leelakrishnan, (2012), op. cit., p. 68-69.

தாத்ரிக்குட்டி வாழ்ந்த காலத்தில் சராசரி இந்தியனின் வாழ்காலம் 25 வருடங்களாகத்தான் இருந்தது. அதனால் இளம் விதவைகளின் எண்ணிக்கையும் கணிசமானதாகவே இருந்திருக்க வேண்டும்.[3]

அவள் நம்பூதிரி சமூகத்தின் தீய பழக்கங்களுக்கு எதிராக களம் கண்டாள். தன் காலத்தின் செல்வாக்குமிக்க மற்றும் புகழ்பெற்ற நபர்களை, வேண்டுமென்றே, தன் வேள்வியில் பங்குகொள்ளத் தேர்ந்தெடுத்தாள். பெயர்கள், முகவரி மற்றும் பிறப்பு அடையாளங்களைக் குறிப்பிடுவது, குறிப்பாக அவளது வாடிக்கையாளர்களின் பிறப்புறுப்பு பகுதியில் காணப்படும் அடையாளங்கள் ஆகியவற்றை முன்கூட்டியே திட்டமிட்டு, அவற்றை பதிவு செய்தல். அவளுக்குச் சம்பளம் கொடுக்க முடியாத தாழ்த்தப்பட்ட சாதியைச் சேர்ந்த ஆண்களும் இதில் ஈடுபட்டிருப்பதைக் கருத்தில் கொண்டு, அவள் பணத்திற்காக இதைச் செய்யவில்லை என்று நினைப்பது புத்திசாலித்தனமாகும்.

தாத்ரிக்குட்டியினுடைய போராட்டங்களை வெறுமனே விபச்சாரம் என்று பேசக் கூடியவர்கள் அன்றும் இன்றும் இருந்தே வந்திருக்கிறார்கள். அவர்களைப் பொறுத்தவரை பல ஆண்களோடு உடலுறவில் இருந்த ஒரு பெண்ணாக மட்டும்தான் தாத்ரிக்குட்டி தெரிகிறாள். இத்தகைய மோசமான மனிதர்கள் நிறைந்த களத்தில் தான் தாத்ரிக்குட்டி ஒற்றை ராணுவமாக நின்று, அநாகரிக சாதிய அனுஷ்டானங் களின் உச்சந்தலையில் ஏறி அதன் அதிகார மனப்போக்கை, அதே அமைப்பின் பலவீனத்தில் இருந்து எதிர் கொண்டாள் தாத்ரிக்குட்டி.

உடல் தேவை தான் பிரதானம் என்றால் தாத்ரிக்குட்டி தன் தேவைக்கான ஒரு சிலரை மட்டுமே தேர்ந்தெடுத்திருக்க முடியும். அதே போல, அவள் தன்னுடைய பொருளாதார நலன்களுக்காக மட்டுமே அவ்வாறு செய்தாள் என்று நாம்

---

3 V.R. Devika, Muthulakshmi Reddy, Kizhakku Pathippagam, p. 82, Chennai, 2023

கருதினால், தாத்ரிக்குட்டி ஒரு சில பணக்காரர்களிடம் மட்டும் தொடர்பில் இருந்திருக்க முடியும். ஆனால், அவள் இத்தனை ஆண்களை தேர்ந்தெடுத்ததும், சமூகத்தில் மிகவும் தொட முடியாத உயரத்தில் இருந்தவர்களை தேர்ந்தெடுத்ததும், மற்றும் அவளுடைய இத்தகைய செய்கையினால் பிரபலங்களை எல்லாம் இதில் இணைத்ததன் மூலமாக தன்னுடைய ஸ்மார்த்த விசாரம், சமூகத்தில் பெரும் சச்சரவையும், விவாதத்தையும், பெரும் பூகம்பத்தையும் ஏற்படுத்துகின்ற நிகழ்வாக இருக்க வேண்டும் என்பதை அவள் தெரிந்தே, திட்டமிட்டே தான் செய்திருக்கிறாள் என்பதை எவரும் மிக எளிதில் அனுமானித்து விட முடியும்.[4]

தாத்ரிக்குட்டி தொடங்கிய அந்த கலாச்சார புரட்சி என்பது கேரள மண்ணில் மிகப்பெரிய தாக்கத்தை ஏற்படுத்தியது. அவளைத் தொடர்ந்து நம்பூதிரிகள் சமூகத்தில் சீர்திருத்தக்காரர்கள் உருவாகியதும், அங்கே, இன்று எத்தகைய நிலைக்கு பெண்கள் உயர்ந்திருக்கிறார்கள் என்பதனையும் நாம் கண்கூடாக பார்க்கிறோம். ஆனால் தாத்ரிக்குட்டியினுடைய போராட்டத்தை, எதிர்மறையாக அணுகக்கூடியவர்களும், பேசக்கூடியவர்களும் இருக்கத்தான் செய்கிறார்கள். அவர்களின் பார்வையில் தாத்ரிக்குட்டி ஒரு வேசிமகள் கூட அல்ல. மாறாக, விபச்சார நுட்பங்களை தீர கற்ற, கீழான ஒரு வாழ்க்கையை வாழ்ந்த கேவலமான ஒரு வேசி என்பது மட்டும்தான். “குற்றவாளியான அந்தர்ஜனம்” என்னும் நூலை மலையாளத்தில் எழுதிய குங்குகிருஷ்ண மேனான் என்பவரின் நூலில், தாத்ரிக்குட்டி குறித்து சில வரிகளைக் கீழே காணலாம்;

“பெருமகிழ்ச்சியுடன் கேளுங்கள்!
வடக்காஞ்சேரிக்குப் பக்கத்திலொரு
அந்தணர் வீட்டிலே கற்பு நெறிப்
பிறழ்ச்சியடைந்ததொரு மேலான
பெண்ணுக்கெழும் கதையைக்

4 *Ibid., p.14*

கொஞ்சம் சொல்கிறேன் நான்
இந்நாட்டு மக்களின் ஆழ்மனதை–
–யொன்றாய்க் குலுக்கியதொரு குற்ற
விசாரணை விஷயம் நன்றாய்
விசாரணை முடித்து, கடந்த
முப்பத்தியொன்றாம் தேதி ‘உரக்க
உரைத்தா’ளாம் அந்தஸ்தும் மிக்க
அறிவும் பெற்ற அந்தணர்கள்,
சொந்தத் தந்தை, ஐயோ! சகோதரன்
என்றிப்படி அந்தர்ஜனம் பலர் மீதும்
பழி சுமத்தினாள்; என்ன அக்கிரமம்!
வேரற்று வீழ்ந்தது தர்ம விருட்சம்.
பூர்வ ஜென்மப் புண்ணியத்தைக் கெடுக்கவே
இதுபோன்று பிறக்கிறது. பெருங்குடிப்
பிறந்த ஆண்கள்கூட பெருங்கடவுள்
விஷ்ணுவின் திருவிளையாட்டால்
இப்படி நன்னெறி கெட்டதுதான் துன்பம்”.[5]

குங்நுகிருஷ்ண மேனானின் பார்வையில் தாத்ரிக்குட்டி என்பவள் ஆண்களை கெடுத்து சீரழிக்க வந்த ஆணவக்காரி. இவை, பழமைவாத, ஆணாதிக்க உணர்விலிருந்து உதிர்க்கப்படும் வார்த்தைகள் என்பதனை எவரும் புரிந்து கொள்ளலாம்.

அவள் ஸ்மார்த்தனின் முன் நியாயமான விசாரணையைக் கேட்கவில்லை. அவள் தன்னை நியாயப்படுத்த முயல வில்லை. நம்பூதிரிகள் சமூகத்தில் புரையோடிக் கிடந்த அநியாயமான ஆண் மேன்மையைத் தகர்க்க இந்த முறையைப் பயன்படுத்தினாள் என்று நினைக்கவே தோன்றுகிறது. ஒரு பெண் தன்னோடு ரகசியமாக பாலியல்

5 *Alankodu Leelakrishnan, (2012), op. cit., p. 24-25. V.R. Devika, January 2023.*

உறவில் இருந்தவர்களை தெளிவாக அடையாளம் காட்டி அரசனிடம் தன் வசீகரத்தை வெளிப்படுத்துகிறாள், அது பழிவாங்கல். இந்தப் போராட்டத்தில் அவள் தனியாக இருந்தாளா அல்லது ஆதரவாளர்கள் இருந்தார்களா, இது எப்போதும் மறைந்திருக்கும் சந்தேகமாகும்.[6]

தாத்ரிக்குட்டியின் ஸ்மார்த்த விசாரத்தில், அவளால் குற்றம் சாட்டப்பட்ட 64 ஆண்களையும் தாண்டி நிறைய நபர்கள் இருந்திருக்கக்கூடும் என்ற கருத்தும் உண்டு. அதாவது, தாத்ரிக்குட்டியின் குற்ற விசாரணை தொடர்பாக “மிச்சத்தை அத்தை சொல்வார்கள்” என்கிற புகழ்பெற்ற ஒரு வாக்குமூலம் பிரசித்தமானது. இதன் மூலம் தாத்ரியி னுடைய ரகசிய செயல்பாடுகளில் அத்தைக்கும் பங்கு இருக்கிறது என்பதை இதன் மூலம் நாம் அறிந்து கொள்ள முடிகிறது.

ஒருவிதமாக தாத்ரிக்குட்டி நம்பூதிரி குடும்ப பெண்களின் இழிநிலை துடைப்பதற்காக இராமன் நம்பூதிரியின் அத்தை யையயும் கலகத்திற்காக தயார் செய்து இருக்கிறாள் என்பதையும் இதன் மூலம் நம்மால் புரிந்து கொள்ள முடிகிறது. பிற்காலத்தில் அரச ஒற்றர்கள் அத்தையையும் ரகசிய விசாரணை செய்ததாக செய்திகளும் உண்டு. ஒட்டு மொத்தமாக பார்த்தால் தாத்ரிக்குட்டி நம்பூதிரி பெண்களின் விடுதலைக்காக ஒரு பெரும் படையை கட்டி இருக்கிறாள், அதை தன் குடும்பத்திலிருந்தே தொடங்கி இருக்கிறாள் என்பதையும் அறிந்து கொள்ள முடியும்.[7]

நம்பூதிரிகளின் பழைய தலைமுறை அவளை, வெற்றிகர மான மனிதர்களின் வாழ்க்கையை அழித்த ஒரு கொடூரமான மற்றும் சபிக்கப்பட்ட பேயாக சித்தரித்தது. ஆனால், துரதிர்ஷ்டவசமான மற்றும் துன்பப்படும் மக்களுக்கு (அந்தர்ஜனங்கள்) அவள், அவர்களின் காரணத்திற்காக போராடும் கதாநாயகியானாள்.

---

6 *Op. cit., quintessentiallyurs.wordpress.com. 13/12/17*

7 *Alankodu Leelakrishnan, (2012), op. cit., p. 38.*

தாத்ரிக்குட்டி, நம்பூதிரி பார்ப்பனர்கள் முதல் அன்றைய கொச்சின் சமஸ்தானத்தில் வாழ்ந்த பெரிய மனிதர்கள் வரை தன் காம வலையில் வீழ்த்தியிருக்கிறாள் என்றால், அவளுடைய இந்தப் போராட்டம் கலாச்சார மறுமலர்ச்சிக் கானப் பெரும் முயற்சி எனக் கொள்ளலாம். மேலும், "தாத்ரிக்குட்டி பல ஆண்களுடன் பாலியல் உறவுகொண்டு அவர்களை சிக்க வைப்பதற்கு," தன் போன்று விடுதலையை விரும்பிய பெண்களைப் பயன்படுத்தி இருக்கலாம் என்று கருதும், நம்பூதிரி பார்ப்பனர்களில் இருந்து சமூக நல இயக்கங்களை நடத்தியவர்களில் ஒருவரான வீ.டி. பட்டத்திரிப்பாடு, அதற்காக "யானைக்காரன் முதல் பணக் கார நம்பூதிரி வரை அவளின் காம வலையில் வீழ்த்தி யிருக்கிறாள்" என்று மதிப்பிடுகிறார்.

குரியேடத்து தாத்ரியின் ஸ்மார்த்தவிசாரம் கேரள வரலாற்றில் ஒரு பிரபலமான அத்தியாயமாகவே உள்ளது. ஒரு தனி மனுஷியாக அவளால் நியாயமற்ற நம்பூதிரிகளின் அமைப்பின் தூண்களை வீழ்த்த முடிந்தது. அவளின் பெரும் போராட்டம் கேரள சமூகத்தில் பல மாற்றங்களை கொண்டு வர ஆரம்பித்தது. ஸ்மார்த்த விசாரணைக்குள் பல்வேறு மாற்றங்கள் வந்தது. ஸ்மார்த்த விசாரத்திற்கு எதிரான பல்வேறு அமைப்புகள் உருவாக ஆரம்பித்தன. யோக சேம சபை எனப்படும் அமைப்புகள் உருவாகி ஸ்மார்த்த விசாரத்திற்கு எதிராக பல நடவடிக்கைகளை மேற்கொண்டன. அடுத்த 30 ஆண்டுகளில் ஸ்மார்த்த விசாரம் என்கிறதொரு அமைப்பே மறைந்து போனது.

தாத்ரிக்குப் பிந்தைய கேரள சமூகத்தில் மாபெரும் வரலாற்று மாற்றங்கள் ஏற்பட்டன. அவை, ஒட்டு மொத்த கேரளப் பெண்கள் சமூகமும் முன்னேறி செல்வதற்கு வழி வகுத்தன. தாத்ரிக்குட்டி ஆணாதிக்க சமூகத்தை மட்டும் கேள்வி கேட்கவில்லை. மாறாக, ஆணாதிக்க சமூகத்தையே தலைகீழாக புரட்டி போட்டாள் என்கிறார் வீ.டி. பட்டத் திரிப்பாடு.[8]

---

8 Ibid., p. 19-20, 66.

ஆணாதிக்கத்திற்கு எதிராகத் தன் அடையாளத்தைக் கூறிச் சென்ற அப்போதைய 'பெண்ணியவாதி'யான தாத்ரிக்குட்டி, விபச்சாரத்தில் ஈடுபடும் முயற்சியானது, ஆணாதிக்கக் கட்டமைப்பிற்கு எதிரான அவரது பதிலடி யாகவும், அதன் மூலம் வரலாற்றில் பெண்ணிய எழுச்சிக்கு வித்திடும் காலக் கட்டமாகவும் அமைந்தது.[9] அவள் தன் சுயாட்சிக்காகப் போராடினாள், இது ஒரு கலகச் செயலாகும். இன்றும் கூட, நம் உடல்கள் மற்றும் நாம் செய்யும் தேர்வுகள் மீது பெண்களுக்கு மிகக் குறைவான அல்லது சுயாட்சி இல்லை. சமூகம் எப்போதும் சுயாட்சியைக் கட்டுப்படுத்த முயல்கிறது, குறிப்பாக பாலுணர்வைப் பொறுத்தவரை...

தாத்ரிக்குட்டி, தான் யார் என்று தைரியமாகவும் பெருமையாகவும் இருந்தாள். தன் சமூகத்தில் அவளின் செயல்களுக்காக இறந்துவிட்டதாக அறிவிக்கப்பட்டாலும், அவளுக்கு எந்தக் குற்ற உணர்ச்சியோ, வருத்தமோ இல்லை. அவள் தன் பாலியல் விருப்பங்களுக்காக சமூகத்தால் அவமானப்படுத்தப்படுவதை ஏற்க மறுத்தாள். அதே போல அவமானகரமான சமூகத்துடன் தன்னை இணைத்துக் கொள்ள மறுத்தாள். அவள் பாலியல் தொழிலை இழிவாகப் பார்க்கவில்லை. அதையும் தாண்டி, தாழ்ந்த குலத்தில் பிறந்த பெண்கள் மட்டுமே அதற்குத் தகுதியானவர்கள் என்ற சமூக கருத்தை அடியோடு மறுத்தாள்.

தாத்ரிக்குட்டி, பிராமண ஆண்களின் அராஜகம் மற்றும் பாசாங்குத்தனத்தை தோலுரித்துக் காட்டினாள். அவள் தன் உடலை அடக்குமுறைக்கு எதிரான கருவியாகப் பயன்படுத்தினாள். சமூகத்தால் தனது பாலுணர்வை அடக்குவதற்கு அவள் கற்பிக்கப்பட்டாள். ஆனால், ஆணாதிக்கக் கட்டமைப்பை உடைக்க அவள் அதையே ஓர் ஆயுதமாகப் பயன்படுத்தினாள். அவளது செயல் வெளி யேற்றப்பட்ட 64 ஆண்களை மட்டும் பாதிக்கவில்லை,

9 *Vandhana Nair N, op. cit., 2021.*

அவர்களை வெளியேற்றியதானது ஒட்டு மொத்த சமுதாயத்தையும் உலுக்கியது. அவளது விசாரணை ஒரு புதிய விவாதத்திற்கான கதவுகளைத் திறந்தது மற்றும் இயற்கை நீதியின் அடிப்படையிலான பல்வேறு கேள்விகளை எழுப்பியது. இது நிச்சயமாக கேரள வரலாற்றில் ஒரு மகத்தான திருப்பு முனையாகும்.[10]

குடும்ப வன்முறை அல்லது திருமண பலாத்காரம் பற்றி அக்கால சமூகம் கவலை கொண்டிருக்கவில்லை என்பது கவனிக்கத்தக்கது. கேரளாவின் நீதித்துறை நடைமுறைகளில் சாதி மற்றும் சமூகத்தின் செல்வாக்கைக் காட்ட ஸ்மார்த்தவிசாரம் ஒரு சிறந்த உதாரணம். நம்பூதிரிகள், பௌதிகம் மற்றும் ஆன்மிகம் ஆகிய இரண்டு துறைகளிலும் சவாலற்ற எஜமானர்களாக இருந்த நிலையில், உயரடுக்கு பிராமணர்கள், அதிகாரம் படைத்தவர்கள் மற்றும் அன்றைய சமுதாயத்தின் பிற முக்கியஸ்தர்களைக் கொண்ட மிகப் பெரிய குற்றவாளிகளின் பட்டியலைத் தயாரித்த ஒரே ஸ்மார்த்தவிசாரம் தாத்ரிக்குட்டியின் ஸ்மார்த்தவிசாரம் தான். தாத்ரிக்குட்டியின் வாதங்கள் அவளால் குற்றஞ் சாட்டப்பட்ட ஆண்களைப் பதைபதைக்க வைத்தாலும், அவளின் வாதங்களை அவர்களால் எதிர்க்க முடியவில்லை. அந்த வகையில் தாத்ரிக்குட்டி கடந்த நூற்றாண்டின் தலைசிறந்த பெண்ணியப் புரட்சியாளராக வரலாற்றில் தன்னை நிலைநிறுத்திக் கொள்கிறாள்.[11]

---

10 Thathri Kutty: The Woman Who Challenged Brahminism Through Her Sexuality|IndianWomen in History. 3/10/2020.
11 Sharafunnisa KM, op. cit., p. 29, Sept. - Oct. 2020.

9
தாத்ரிக்குட்டி – சாவித்ரிபாய் புலே – டாக்டர் சுப்புலெட்சுமி: ஓர் ஒப்பாய்வு

வரலாற்று காலம் தொட்டு இந்திய மண் என்பது பெண்களுக்கு உகந்ததாக இருந்ததில்லை. ஆயிரம் ஆண்டு களுக்கு முன்பு ஐரோப்பா இருண்டிருந்தது என்கின்ற பிரசித்தி பெற்ற வாசகத்தை நாம் கேள்விப்பட்டிருக்கிறோம். ஆனால், ஒவ்வொரு காலகட்டத்திலும் மறுமலர்ச்சியை நோக்கி ஐரோப்பா கண்டம் முன்னேறி வந்ததையும் நாம் பார்த்திருக்கிறோம். ஆனால் இந்திய மண் என்பது பெண் அடிமைத்தனத்திற்கும், பெண்களை ஒடுக்கி நசுக்குவதற்கும், மத - சமூக சட்டங்களைக் கொண்டிருக்கிற ஒரு நிலப்பரப் பாக இன்றும் தொடர்ந்து வருவதை நாம் பார்க்கின்றோம்.

'இந்தியா தன் சுதந்திரத்திற்காக போராடிக் கொண்டிருந்த வேளையில், காலம் காலமாக சுதந்திரப் போராட்ட வீரர் களின் குடும்பத்து பெண்கள் தாங்கள், தங்கள் குடும்பத்து ஆண்களால் அடக்கி, ஒடுக்கப்பட்டிருப்பதற்கு எதிராக போராடிக் கொண்டிருந்தார்கள்' என்கிறார் எழுத்தாளர் வி.ஆர்.தேவிகா.[1]

---

1 V. R. Devika, Muthulakshmi Reddy, Kizhakku Pathippagam, p. 87, Chennai, 2023.

இன்றைய நவீன காலகட்டத்திலும் கூட வட இந்திய மாநிலங்களில் இயங்கி வருகிற 'காப் பஞ்சாயத்து'களை இதற்கு ஓர் உதாரணமாக சொல்ல முடியும். இந்திய மண்ணில் காலம் தொட்டு மகாத்மாக்களும், அவதாரங்களும் தோன்றி இருந்தாலும் கூட இந்திய பெண்களைக் காக்க ஒருவரும் முன் வந்தது இல்லை.

இத்தகைய இந்தியாவில் தான் அவ்வப்போது பெண் விடுதலைக்கான குரல்கள் பெண்களிடமிருந்து கிளம்பி இருக்கின்றன. பெண் விடுதலை சார்ந்த சமூக சீர்திருத் தங்களை முன்னெடுக்கிற தலைவர்களும், பெண்ணியப் போராளிகளும் உருவாகியிருக்கிறார்கள். அத்தகையோரில், நவீன இந்தியாவில் மூன்று பெண்கள் மிக முக்கியமானவர்கள். அவர்களில் முதலானவர் திருமதி சாவித்ரி பாய் புலே. இவர் 19ஆம் நூற்றாண்டின் முதல் கால் இறுதியில் பிறந்து 19ஆம் நூற்றாண்டின் இறுதிவரை வாழ்ந்தவர். இரண்டா மவர், டாக்டர் முத்துலட்சுமி ரெட்டி, இந்தியாவின் முதல் பெண் மருத்துவரான இவர், 19 ஆம் நூற்றாண்டின் இறுதி கால் நூற்றாண்டில் பிறந்து இருபதாம் நூற்றாண்டில் மத்திய காலம் வரை வாழ்ந்து சென்றவர். மூன்றாமவர் கடவுளின் தேசமான கேரளாவை சேர்ந்த தாத்ரிக்குட்டி. இவர் டாக்டர் முத்துலட்சுமி ரெட்டியின் சமகாலத்தவர். 1885ஆம் ஆண்டில் பிறந்தவர். ஆனால் அவருடைய மறைவுக்கான ஆதாரங்கள் நம்மிடையே இல்லை.

இம்மூவருமே பெண் விடுதலைக்காக தம்மை ஒப் படைத்துக் கொண்ட தலைசிறந்த போராளிகள். பெண்ணிய விடுதலைக்காக தம்மை முழுவதுமாக அர்ப்பணித்துக் கொண்ட இவர்களைத் தவிர்த்து விட்டு இந்திய சமூக வரலாற்றை எழுத முடியாது. சமூக சீர்திருத்தங்களைத் தாண்டி இந்திய சமூகத்தை தலைகீழாகப் புரட்டிப் போட எத்தனித்தவர்கள், இவர்கள். ஏனென்றால், இவர்களின் சமூக சீர்திருத்த செயல்பாடுகள் அனைத்தும் பழமைவாதி களால் சகித்துக் கொள்ள முடியாத, அச்சுறுத்தலுக்குள்

தள்ளியது. இவர்களுடைய சமூக சீர்திருத்த செயல்பாடுகள் அப்பழமைவாதிகள் மத்தியில் பெரும் கூக்குரலை ஏற்படுத்தின.

சாவித்ரிபாய் புலே, டாக்டர் முத்துலட்சுமி ரெட்டி அல்லது குரியேடத்து தாத்ரிக்குட்டி என, இந்த மூவரின் போராட்ட வாழ்வின் மத்தியில் ஓர் ஒற்றுமை இருப்பதை, இவர்களுடைய சமூக சீர்திருத்த செயல்பாடுகள் மூலம் எவரும் உணர முடியும். அவர்களுடைய சிந்தனை மற்றும் போராட்டங்கள் வெறுமனே ஆணாதிக்கத்தை எதிர்ப்பது மட்டுமல்ல. மாறாக, சமூகத்தில் நிலவுகின்ற பெண்களுக் கெதிரான சீர்கேடுகளை கண்டிப்பதும், அதிலிருந்து பெண் சமூகத்தை விடுதலையடைய செய்வதும்தான். ஆனால், துரதிர்ஷ்டவசமாக அவர்கள் அந்தக் களத்தில் நின்று போராடிய போது பழமைவாதிகளையும், பெண்களை அடக்கி ஒடுக்குவதற்காக ஏற்படுத்தப்பட்டு, நிலைநிறுத்தப் பட்டிருந்த மதச் சட்டங்களையும் எதிர்த்து போரிட வேண்டிய நிலைக்குத் தள்ளப்பட்டார்கள். ஆனால், அவர்கள் மூவருமே அனைத்து எதிர்வினைகளுக்கும் தயாராகவே இருந்தார்கள். எதிர்ப்புகள், வசைபாடல்கள், வன்முறைகள், உயிருக்கே அச்சுறுத்தல் என எத்தகைய எதிர்ப்பு வந்தாலும் பெண் விடுதலைக்காக அத்தனையும் எதிர்கொள்ள தங்களைத் தயார்ப்படுத்திக் கொண்டார்கள்.

சாவித்ரிபாய் புலே, தாத்ரிக்குட்டி மற்றும் டாக்டர் முத்துலட்சுமி ரெட்டி, இவர்கள் மூவரும் வாழ்ந்த காலம் வெவ்வேறாக இருந்தாலும் கூட, நூறு ஆண்டு இடைவெளி யில் பெண்கள் மீதான தாழ்ந்த மதிப்பீடுகளும், அவர்கள் மீதான குடும்ப, சமூக வன்முறைகளும், ஒடுக்கு முறைகளும் ஒரே மாதிரியாகத்தான் இருந்திருக்கின்றன என்பதை இவர்களின் வாழ்க்கைப் போராட்டங்களில் இருந்து அறிந்து கொள்ள முடிகிறது.

இவர்களின் இலக்குகளும், போராட்டங்களும் இறுதியாக பார்ப்பனர்களிடம் போய் நின்றது. சமய சடங்குகள், சமூக

சட்டங்கள் என அனைத்தையும் நிர்வகித்து வந்திருந்த பார்ப்பனர்களையும், அவர்களால் வழிநடத்தப்பட்டு வந்த அதிதீவிர பழமைவாதிகளையும் இறுதியாக எதிர்த்து போராட வேண்டிய இடத்திற்கு இம்மூவரும் வந்து சேர்ந்தார்கள்.

செயல்பாட்டு தளத்தின் நீள - அகலங்கள் வெவ்வேறாக இருந்தாலும் ஆணாதிக்கத்தை வேரறுப்பதையே இவர்கள் பிரதான நோக்கமாகக் கொண்டிருந்தனர். உதாரணமாக திருமதி. சாவித்ரி பாய் புலே, அவர்கள் தான் இந்தியாவில் பெண்களுக்கான முதல் பள்ளியை துவங்கியவர். அவர் பெண்களுக்கான பள்ளியை துவங்கியதோடு, தீண்டப் படாத சமூகத்தைச் சேர்ந்த பெண் பிள்ளைகளுக்கும் கல்வி போதிக்கின்ற பணியை செய்தார். இது இந்திய சமூக அமைப்பில் சூத்திரர்களாக, தீண்டத்தகாதவர்களாக, கல்வியை நுகர்வதில் இருந்து முற்றிலும் விளக்கப்பட்டிருந்த சமூகங்களை முன்னேற்றுகின்ற அல்லது அறிவுப்படுத்துகின்ற, அதே வேளை சமூக கட்டமைப்பை மீறுகின்ற செயல் என்பதால் பழமைவாதிகளால் வெறுக்கப்பட்டது. அதன் எதிர்விளைவுகளையும் சாவித்ரிபாய் புலே சந்தித்தார்.[2]

இரண்டாவதாக, பால்ய விவாகம் என்று அழைக்கப்படுகிற சிறு வயது பெண்களுடைய திருமணத்தை மிகக் கடுமையாக எதிர்த்துப் போராடியவர் சாவித்ரி பாய் புலே. கைம்பெண்களுக்கு மறுமணம் செய்து வைத்தவர். கணவனை இழந்த விதவைகள் பட்ட சொல்லொண்ணாத் துயரத்தை கண்டு வெகுண்டெழுந்து அவர்களை காத்திடவும், அவர்களுக்காக உழைத்திடவும் முன் வந்தார் சாவித்ரிபாய் புலே. அத்தகைய பெண்களுக்கு மறுமணம் செய்து வைத்து பழமைவாதிகளின் எதிர்ப்பையும் அவர் சந்தித்தார். பெண் பிள்ளைகளின் கல்வியானாலும், பால்ய விவாக எதிர்ப்பானாலும், கைம்பெண் மறுமணமானாலும்,

2 *G. Sakkarapani, Pen Kalviyin Munnodi Savithribhai Phule, p. 51 - 52, Karisal Pathippagam, Chennai, 2023.*

பிராமண சமூகத்தில் மிக மோசமாக ஒடுக்கப்பட்ட விதவைகளின் விடுதலைக்கான செயல்பாடுகள் என்றாலும், பெண் விடுதலைக்காகப் போராடுவது என்பது பழமைவாத, ஆணாதிக்கத்திற்கு முற்றிலும் எதிரானது. அதை தான் சாவித்ரிபாய் துணிந்து செய்தார்.[3]

சாவித்ரிபாய் புலே இந்தியாவின் முதல் பெண் ஆசிரியர் மட்டுமல்ல, சமூக சீர்த்திருத்தப் பணிகளில் தந்தை பெரியாருக்கு முன்னோடியாக திகழ்ந்தவர். 20ஆம் நூற்றாண்டில் பெரியார் பேசிய சாதி மறுப்பு திருமணம், விதவை மறுமணம், ஆணாதிக்க எதிர்ப்பு, பெண்கல்வி போன்ற சமூக சீர்திருத்தக் கருத்துக்களை, தந்தை பெரியாருக்கு நூறு ஆண்டுகளுக்கு முன்பு, 1840களில் தொடங்கி 19ஆம் நூற்றாண்டின் இறுதி வருடங்கள் வரையிலான காலகட்டத்தில், பேஷ்வாக்கள் கோலோச்சிய மராட்டிய மண்ணிலேயே (புனே) செயல்படுத்திக் காட்டியவர் சாவித்ரிபாய் புலே (புலே தம்பதியினர்). பெண்களுக்கான பள்ளிகளை நடத்தியபோது, பள்ளிக்கூடத்திற்கு, வீட்டிலிருந்து கிளம்புகையில் ஒரு கையில் புத்தகங்களையும், ஒரு பையில் (மறுகையில்) மாற்றுப் புடவையையும் எடுத்துக் கொண்டு பள்ளிக்குச் செல்வாராம் அந்தப் பெண்மணி.

அவர் பள்ளிக்கூடத்திற்குச் செல்லும் வழிநெடுகிலும், ஒரு பெண் எப்படி பள்ளிக்குச் செல்லலாம் என்று அங்கிருந்த பழமைவாதிகள், அவர் மீது சாணியைத் தூக்கி வீசுவதும், கற்கள் மற்றும் இன்னும் சொல்ல முடியாத பொருட்களை வீசி அவரை அவதூறு செய்தும் அனுப்புவார்களாம். பள்ளிக்கு வந்ததும் சாவித்ரிபாய் புலே தன்னை சுத்தப்படுத்திக் கொண்டு, மாற்றுப் புடவையைக் கட்டிக் கொண்டு வகுப்பறை மாணவிகளுக்குப் பாடமெடுக்கத் தொடங்கி விடுவாராம். பெண்களுக்கு கல்வி வழங்க முனைந்த, அந்த இந்தியாவின் முதல் பெண் ஆசிரியரான சாவித்ரிபாய் புலே பட்டப்பாடுகள் கொஞ்சநஞ்சமல்ல.[4]

---

3 *ibid., p. 64.*

4 *G. Sakkarapani, (2023), op. cit., p. 62.*

"என்னுடைய சகோதரிகளுக்கு கல்வி கொடுக்கும் புனிதமான பணியை நான் செய்து வருகிறேன். எனவே, நீங்கள் என் மீது வீசும் கற்களோ, மாட்டு சாணமோ என் மீது விழும் பூக்கள் போலதான் தெரிகிறது" என்று சொன்னாராம், சாவித்ரிபாய் புலே. ஜாதி ஆதிக்க ஆண்கள் மட்டுமல்ல, பெரும் சுதந்திர போராட்ட வீரர்களான திலகர் போன்றோர் கூட புலே தம்பதியினரின் செயல் பாடுகளை எதிர்த்தனர். இருப்பினும், இதற்கெல்லாம் சிறிதும் அஞ்சாமல், மேலும் பல பள்ளிகளைத் திறந்து கொண்டே இருந்தனர் புலே தம்பதியினர். ஆண்கள் பள்ளிகளைவிட இது அதிகமான எண்ணிக்கையைக் கொண்டதாக மாறிக் கொண்டிருந்தது.

இதனைப் பிடிக்காத திலகர் உள்ளிட்ட தேசியவாதிகள், ஜாதி ஆதிக்கவாதிகள், பிராமணரல்லாத சூத்திரர்கள் மற்றும் இதர சாதியினருக்கு பள்ளி நடத்துவது, பெண்களுக்கு கல்வி கொடுப்பது போன்ற புலே தம்பதியினரின் செயல்களை தேசியத்திற்கு எதிரானது என்றனர். மேலும், சாதிய விதிமுறைகளை பின்பற்றாமல் இருப்பது பெரும் குற்றம் என வாதிட்டனர். இதன் உச்சமாக, அவர்கள் கொடுத்த சமூக அழுத்தம் தாங்காமல் புலே தம்பதியினர், ஜோதிராவ் புலேவின் தந்தையால் 1849ஆம் ஆண்டு வீட்டை விட்டு வெளியே அனுப்பப்பட்டனர்.[5]

அதே போல், ஒவ்வொரு முறை பள்ளிக்கு போகும் போதும் சேறு, கல் மற்றும் மண், சாணத்தால் தாக்குதல், கொலை மிரட்டல்கள் என எல்லா விதமான துன்பங் களையும் அனுபவித்தனர், புலே தம்பதியினர். அப்போதும் கூட தங்கள் கல்விப்பணியை தயங்காமல் முன்னெடுத்தனர். அதன் விளைவாக, இவர்கள் பள்ளியில் படிக்கும் பெண்களின் எண்ணிக்கையானது, அந்தப் பகுதியில் இயங்கி வந்த மொத்த பள்ளிகளில் படித்த ஆண்களின் எண்ணிக்கையை விட பல மடங்கு அதிகமாக இருந்தது.

---

5 ibid., p. 49.

இப்போது நமக்கு (வாசகர்களுக்கு) புரிந்திருக்கும் பழமை வாதிகள் எதற்குப் புலே தம்பதியினரின் செயல்களைக் கண்டு பயந்தார்கள் என்று.[6] பெண்களின் கல்விக்காகவும், பெண்களின் விடுதலைக்காகவும் தன்னை முழுவதுமாக அர்ப்பணித்துக் கொண்ட சாவித்ரிபாய் புலே சிறந்த கவிஞரும் ஆவார். பெண் கல்வியின் அவசியம் குறித்த அவரின் கீழ்க்காணும் கவிதையே அதற்குச் சான்றாகும்:

போ, கல்வி பெறு
தன்னம்பிக்கையுடன், உழைப்பாளியாக இருங்கள்
வேலை செய்யுங்கள், ஞானத்தையும் செல்வத்தையும்
சேகரிக்கவும், அறிவு இல்லாமல் அனைத்தும்
தொலைந்து போகின்றன.
ஞானம் இல்லாத மிருகமாகி விடுகிறோம்
இனி சும்மா உட்காராதே, போ, கல்வி பெறு
ஒடுக்கப்பட்ட மற்றும் கைவிடப்பட்டவர்களின்
துயரத்திற்கு முடிவு கட்டவும் கற்றுக் கொள்ள
உங்களுக்கு பொன்னான வாய்ப்பு கிடைத்துள்ளது
எனவே சாதியின் சங்கிலிகளை கற்று உடைத்து
விடுங்கள். பிரம்மனின் வேதத்தை வேகமாக தூக்கி
எறிந்துவிடு.[7]

சாவித்ரி பாய் புலே வாழ்ந்த மகாராஷ்டிரா மாநிலத்தில் சாதிய சட்டங்களும், பெண்களுக்கு எதிரான கொடுமைகளும் மிக மோசமாக தலைவிரித்தாடியது. மிகவும் இளம் வயதிலேயே தன் கணவரை இழக்கக் கூடிய ஒரு கைம்பெண் விவரிக்க முடியாத கொடுமைகளுக்கும் துன்புறுத்தல்களுக்கும் ஆளானாள். எதிர்க்க முடியாத அளவுக்கு பாலியல் சுரண்டல்களுக்கு உள்ளானாள். அப்படி பாலியல் சுரண்டலுக்கு உள்ளாகிய அவள், கர்ப்பம் தரிக்கின்ற பொழுது, அதன் பிறகான காலகட்டம் அவளுக்கு மிகவும் மோசமாக

6 *G. Sakkarapani, (2023), op. cit., p. 59-60.*
7 *Poems by Savitribai Phule, Dr. Ambedkar books.com,03/01 /2015.*

இருந்தது. இதில், அப்பெண்களுக்கு முறையற்ற பாலுறவுக் கொண்டதற்காக அரச தண்டனைகளும் வழங்கப்பட்டிருக் கின்றன. இதனால் தவறான வழியில் கர்ப்பம் தரிக்கக்கூடிய கைம்பெண்கள், தாங்கள் கருவுற்றிருக்கும் காலத்திலேயே தற்கொலை செய்து கொள்வது அன்றைய மகாராஷ்டிராவில் அன்று மிக அதிகமாக இருந்தது. மிகக் குறிப்பாக உயர் சாதி பார்ப்பன பெண்களிடம் இருந்தது.[8]

அப்படிப்பட்ட பெண்களை காப்பாற்றி, அவர்களின் பாதுகாப்பிற்கான இல்லங்களை நடத்தி, அவர்களுக்கு மறுமணம் நடத்தி வைக்கும் வேலையை சாவித்ரிபாய் புலே செய்தார். ஆதரவற்ற விதவைகளின் சிசுக்கள் கொல்லப்படு வதை தடுப்பதற்காக அவர்களுக்கான சிறப்பு விடுதிகள், பாலியல் பலாத்காரத்தால் பாதிக்கப்பட்ட பெண்கள் மற்றும் அவர்களின் குழந்தைகள், விதவை பெண்களின் குழந்தைகள் ஆகியோருக்கான விடுதிகளையும் நிறுவினர் புலே தம்பதியர்.[9]

பின்னர் சாவித்ரிபாய் புலே சிசுக்கொலை தடுப்பு இல்லம் என்ற பெயரில் பெண்கள் காப்பகத்தை திறந்தார். அங்கு விதவைகள் தங்கள் குழந்தைகளைப் பெற்றெடுக்கவும், அவர்கள் விரும்பினால், பிறர் அக்குழந்தைகளை தத்தெடுப் பதற்கும் விட்டு விடலாம். குழந்தைத் திருமணத்தை எதிர்த்த அவர், சதி மரபைக் கடுமையாக எதிர்த்தார். அவர் விதவைகளுக்கான காப்பகத்தையும் அமைத்தார்.[10] சாவித்ரி பாய் விதவை மறுமணம் குறித்த விழிப்புணர்வை ஏற்படுத்த தொடர்ச்சியாக குரல் கொடுத்து வந்தார். விதவைப் பெண்களின் தலையை மொட்டையடிப்பதைக் கண்டித்து நாவிதர்களைத் திரட்டி, 1863ஆம் ஆண்டு மிகப் பெரிய போராட்டத்தினை சாவித்ரி பாய் நடத்தினார்.[11]

---

8 *G. Sakkarapani, (2023), op. cit., p. 67*

9 *Savitribai Phule, The First Woman Teacher of India and Reformist - Feminist History in Tamil, Articleshow, samayam Tamil.*

10 *G. Sakkarapani, (2023), op. cit., p. 71*

11 *Savitri Bhai Phule – Indias First Woman Teacher, Hindustan Times (Tamil).*

24 செப்டம்பர் 1873-ல் துவங்கப்பட்ட சத்திய சோதக் சமாஜத்தில் சாவித்ரிபாய் முக்கிய பங்காற்றினார். இந்த அமைப்பு புரோகிதர் இல்லாத, வரதட்சணை இல்லாத திருமணங்களை முன்னின்று நடத்தியது. சமாஜத்தின் முதல் அறிக்கையில் சாவித்ரிபாய் தான் இத்தகைய மதச் சடங்குகள் ஒழித்து, புரட்சிகரமான திருமணம் நடப்பதற்குக் காரணம் என்று புகழாரம் சூட்டப்பட்டது.[12]

அதேபோல, டாக்டர் முத்துலட்சுமி ரெட்டியை எடுத்துக் கொண்டால் ஆண்களால் மிக மோசமாக பாலியல் சுரண்டலுக்கு உண்டான தேவதாசி எதிராக களம் கண்டவர், அவர். தாத்ரிக்குட்டியின் கதையில் வரக்கூடிய "காலத்தே பிறந்தவர்கள்", அதாவது, ஒரு நம்பூதிரி ஆண் தன்னைவிட கீழ் சாதி பெண்ணோடு உடலுறவு கொள்வதனால் பிறக்கக்கூடிய குழந்தைகள் எவ்வாறு நம்பூதிரி குடும்பத்தில் சேர்த்துக் கொள்ளப்பட மாட்டார்களோ, அந்த நம்பூதிரி யினுடைய பெயரை பயன்படுத்த உரிமை இல்லையோ, நம்பூதிரியினுடைய சொத்துக்களில் உரிமை இல்லையோ, அதே போலத்தான் அன்று மேளக்கார சாதியினர் என்று அழைக்கப்பட்ட குடும்பங்களில் இருந்து வந்த தேவதாசிகளும் அந்தக் குடும்பத்திலிருந்து பிறந்து வரக் கூடிய பெண்கள் பொட்டுக் கட்டப்பட்டு, இறைவனுக்கு சேவை செய்ய தாசியாக ஆக்கப்பட்டு, அக்காலத்தில் உயர் சாதியைச் சேர்ந்தவர்களும், சமூகத்தில் பெரிய நிலையில் இருப்பவர் களும் அப்பெண்களுடன் உடலுறவு கொள்ளும் நிலை இருந்தது. அவ்வாறு பிறக்கக்கூடிய குழந்தைகள், சம்பந்தப் பட்ட ஆணின் பெயரைத் தனது தந்தையின் பெயராக குறிப்பிடாமல் தமது கிராமத்தின் பெயரையோ அல்லது தமது நகரத்தின் பெயரையோ தங்கள் பெயருக்கு பின்னால் சேர்த்துக் கொள்வார்கள்.[13]

---

12 Saravananagathan, Remembering Savitribhai Phule, wordpress.com, 03/01/2019.
13 V.R. Devika, Muthulakshmi Reddy, Kizhakku Pathippagam, p. 18-19, Chennai, 2023

ஒரு பெண் குறிப்பிட்ட தெய்வத்திற்கு தேவதாசியாக பொட்டுக் கட்டப்படுகிறாள் என்றால், அந்தத் தெய்வம் அல்லது கடவுளின் உருவம் பொறிக்கப்பட்ட செம்பு அல்லது வெள்ளியால் செய்யப்பட்ட முத்திரை, பழுக்க காய்ச்சப்பட்டு அப்பெண்ணின் தோளில் சுட்டு அடையாளம் பதிக்கப்படும். இதன் மூலம் அவள், அந்தக் கோயிலுக்கு நிரந்தர அடிமையாகிறாள். அவள் அச்சேவையில் இருந்து என்றைக்கும் தப்பிக்க முடியாது. ஒருவேளை அவள் அந்நாட்டு மன்னரின் அரண்மனையில் பணியமர்த்தப் பட்டால், அந்நாட்டு அரசரின் முத்திரை இதே போல பழுக்க காய்ச்சப்பட்டு அவள் தோளில் முத்திரையாக பதிக்கப்படும்.[14]

ஒருவேளை, மன்னர் தன் அரசவையில் பணியமர்த்தப்பட்ட தேவதாசியை ஏதேனும் கோவிலுக்கு அனுப்ப தீர்மாணித்தால் தீச்சுடரைக் கொண்டு மன்னருடைய முத்திரை அழிக்கப்பட்டு பிறகு அவள் செல்லும் கோவிலின் முத்திரை அதே போல பழுக்க காய்ச்சப்பட்டு அவள் தோளில் இடப்படும் பிறகு அவள் சம்பந்தப்பட்ட கோவிலுக்கு அனுப்பப்படுவாள்.[15]

இத்தகைய தேவதாசி முறையை ஒழிப்பதற்கான தீர்மானத்தை டாக்டர் முத்துலட்சுமி கொண்டு வருகின்ற பொழுது, பின்வரும் கோரிக்கைகளை அத்துடன் சேர்த்து வைத்தார். தேவதாசிகள் தாங்கள் கோவில்களுடன் இருக்கும் உறவை அறுத்துக் கொள்ள வேண்டும். கோவில் சேவை செய்வதற்காக அவர்களுக்கு வழங்கப்பட்ட நிலங்கள் அவர்களிடமே கொடுக்கப்பட வேண்டும் போன்ற கோரிக்கைகள் முக்கியமானவையாக இருந்தன.[16]

---

14 *K. Sadasivam, Devadasi System in Medieval Tamil Nadu, Akani Veliyeedu, Chennai, 2011.*

15 *V. R. Devika, op. cit., p. 112.*

16 *B. Jeevasundari, Muvalur Ramamirtham Vazhvum Paniyum (Tamil), p.168, Bharathi Puthakalayam, 2017.*

டாக்டர் முத்துலட்சுமி ரெட்டி அவர்கள் 'ரிவோல்ட்' என்ற அன்றைய இதழ்களில் தேவதாசி பிரச்சனைக் குறித்து இவ்வாறு எழுதினார்: "பல நூற்றாண்டுகளாக பெண்களைத் தாழ்ந்த நிலையில் வைப்பதற்குப் பல சட்டங்களும், விதி களும், கட்டுப்பாடுகளும் உதவியுள்ளன. ஆனால், மனிதர் களின், குறிப்பாக ஆண்களின் மனத்தில் பெண்களைப் பற்றி இழிவான உணர்வை உருவாக்குவதில் மிகவும் சக்தி வாய்ந்ததாக ஒழுக்கம் சார்ந்த விஷயங்களில் அவர்கள் இரட்டைநிலை, எடுக்கும் தாழ்ந்த சிந்தனைதான் இருக்கிறது.

பாதுகாப்பு வாழ்வு என்ற கொள்கையும், அதன் அடிப் படையில் குறிப்பிட்ட எண்ணிக்கையிலான பெண்கள் சமூகத்தில் இருக்க வேண்டும்; அவர்கள் தமது சுயமரியாதை யையும், கௌரவத்தையும், வசதிகளையும், ஆரோக்கி யத்தையும், மகிழ்ச்சியையும் தியாகம் செய்ய வேண்டும்; ஆண்களின் இச்சையைத் தீர்த்து வைக்க வேண்டும் என்று அவர்கள் பேசும் இரட்டை நிலை பெண்களது கண்ணியத்தின் மீதான மிக மோசமான தாக்குதல்" என்று அவர் இடித்துரைத்தார்.

இன்றைய காலகட்டத்தில், அது போன்ற கொள்கையும், அதை அடிப்படையாகக் கொண்டு நிறுவப்பட்ட விதிகள் தொடர்வதும், நமது நாகரிகத்திற்குத் தகுதியற்ற, காலத்திற் கொவ்வாத வெட்கக் கேடான விஷயங்களாகும். கடந்த காலத்திலும், நிகழ்காலத்திலும் பெண்கள் அவர்களது தாழ்வு மனப்பான்மையைத் தகர்த்திருக்கிறார்கள். அப்படி இருக்கையில் ஒரு பெண்ணை, அவள் எந்தச் சாதியைச் சேர்ந்தவளாக இருந்தாலும், அல்லது எந்த வகுப்பைச் சேர்ந்தவளாக இருந்தாலும், அவளை வெறும் அரட்டை அடிபபவளாக, கறைபடிந்த பொருளாக மாற்றி வைத் திருக்கும் இந்த அமைப்பை எப்படி நாம் சகித்துக் கொள்ள முடியும்? அல்லது உடந்தையாக இருக்க முடியும்?

'என்னால் விளக்க முடியாத அளவுக்கு இந்த அமைப்பில் சமத்துவமின்மை மிக ஆழமாக ஊறிப் போயிருக்கிறது.

அத்துடன் மனிதத் தன்மையற்ற, அநீதியான அமைப்பில் குறிப்பிட்ட சாதியை அல்லது சமூகத்தைச் சேர்ந்த களங்கமற்ற குழந்தைகள், மற்றவர்களின் தேவைகளைத் தீர்க்கும் வகையில் அனைத்துவிதக் கலைகளிலும் திறமை மிக்கவர்களாக ஆவதற்குப் பயிற்சி அளிக்கப்படுகிறார்கள். அந்தத் தீநெறியால் சிறைபிடிக்கப்படுகிறார்கள்.[17]

14.12.1926 அன்று மதராஸ் மாகாணத்தின் சட்டமன்ற நியமன உறுப்பினராக நுழைந்தார் டாக்டர் முத்துலட்சுமி ரெட்டி. 24.01.1927 அன்று சட்டமன்ற துணைத் தலைவராகவும் அவர் தேர்ந்தெடுக்கப்பட்டார். இதன் மூலம் இந்தியா வினுடைய முதல் பெண் சட்டமன்ற உறுப்பினராகவும், உலகிலேயே சட்டமன்ற துணைத் தலைவராக பதவி வகித்த முதல் பெண் என்கிற பெருமையும் அவர் பெறு கிறார்.[18] துணைத் தலைவராக போட்டியின்றி தேர்ந் தெடுக்கப்பட்ட அவர், பல புரட்சிகரமான சட்டங்களைக் கொண்டு வந்து நிறைவேற்றினார். அவற்றில், தேவதாசி முறை ஒழிப்பு, இருதார தடைச்சட்டம், பெண்களுக்குச் சொத்துரிமை வழங்கும் சட்டம், பால்ய விவாகங்களை தடை செய்யும் சட்டம் போன்றவை முக்கியமானவையாகும்.[19]

கோவில்களில் குறிப்பிட்ட சாதியை சேர்ந்த பெண் களைப் பொட்டுக் கட்டி கடவுளர்க்கு மனைவியாக்கும் தேவதாசி முறையை ஒழிப்பதற்கான சட்ட மசோதாவை முன்மொழிந்து, அதற்கென வாதிட்டார், டாக்டர் முத்துலட்சுமி ரெட்டி. தேவதாசி முறையை ஒழிப்பதற்கான மசோதாவைக் கொண்டு வருகிற பொழுது, பழமைவாத உயர் வகுப்பினர் சட்ட மேலவையில் மிக மோசமாக எதிர்வினையாற்றினார்கள். தேவதாசி நடைமுறைக்கு எதிரான தனது முன்மொழிவை சட்டமன்றத்தில் வைத்துப்

17 *Dr. Muthulakshmi Reddy, Article in Revolt, 17 November 1929, compiled in Revolt-A Radical Weekly in Colonial Madras, edited by V. Geetha and S.V. Rajadurai, p.41, Periyar Dravida Iyakkam, 2008.*

18 *V. R. Devika, op. cit., p. 83.*

19 *Wikipediahttps://ta.wikipedia.org › wiki ›*

பேசிய அவர், "தேவதாசி நடைமுறையானது உடன்கட்டை ஏறுதலைவிட மிக மோசமானது" என்றும், "மதத்தின் பெயரால் நடைபெறும் குற்றச் செயல்" என்றும் அடையாறில் தனது உரையில் குறிப்பிட்டார்.[20]

காம்ப்பெல் என்னும் உறுப்பினர் "சதி போன்ற கொடிய வழக்கமல்ல பால்ய விவாகம்" எனப் பேசினார். அதற்கு எதிராக மிகக் கடுமையாக பேசிய டாக்டர் முத்துலட்சுமி ரெட்டி அவர்கள், "பால்ய விவாகம் என்பது ஒரு சிறுமிக்கு வாழ்நாள் முழுவதுமான வேதனையைத் தருவதாகும்" என வாதிட்டார். இவரின் நுணுக்கமான வாதத்தை கேட்ட காம்ப்பெல் அதன் பிறகு இந்த மசோதாவுக்கு எதிராக பேசுவதை நிறுத்திக் கொண்டார்.[21] மேலும் இந்த தீர்மானம் குறித்து கிராமப்புறங்களில் பேச சென்ற டாக்டர் முத்து லட்சுமி ரெட்டி அவர்கள் மிக கடுமையான எதிர்ப்புகளை சந்தித்தார். அவருடைய இத்தகைய செயல்பாடுகளின் மீது கடும் கோபம் கொண்ட கூட்டத்தினர் அவர் மீது கற்களை வீசி தாக்கினர்.[22]

பழமைவாதிகள் வைத்த வாதம் இதுதான். 'தேவதாசி முறை என்பது கடவுளுக்குச் செய்யும் பணி என்றும், அது புண்ணியக் காரியம் எனவும்' வாதிட்டனர். அதற்குப் பதிலளித்த டாக்டர் முத்துலட்சுமி ரெட்டி அவர்கள் 'எங்கள் சமூக பெண்கள் தேவதாசியாக இறைவனுக்கு தொண்டு செய்து எக்கச்சக்க புண்ணியங்களை சேர்த்துக் கொண்டு விட்டார்கள். இனி உயர் வகுப்பினரான, உங்கள் குடும்பத்துப் பெண்கள் தேவதாசியாக இறைவனுக்குப் பணி செய்து புண்ணியத்தை தேடிக் கொள்ளட்டும்' என்று கூறி பழமைவாதிகள் அத்தனை பெயரையும் வாயடைக்க செய்தார். ஒட்டுமொத்த பழமைவாத, உயர் சமூகத்தினரும் சொல்வதறியாமல் திகைத்துப் போய் நின்றார்கள்.

---

20 https://www.bbc.com/tamil/india-53838329.
21 K. S. Sarvani, Dr Muthulakshmi Reddy – *Social Reformer Par Excellence*, p. 49.
22 S. Muthulakshmi Reddy, *Autobiography of Dr S. Muthulakshmi Reddy: A Pioneer Woman Legislator*, p. 23, M.L.J. Press, 1965.

அந்த மசோதா சென்னை சட்டமன்ற கவுன்சிலில் ஒரு மனதாக நிறைவேற்றப்பட்டு மத்திய அரசுக்குப் பரிந்துரைக்கப்பட்ட போதிலும், 1947ல் தான் அது சட்டமாக அமலுக்கு வந்தது. 'சென்னை தேவதாசிச் சட்டம்' என்ற பெயரில் அது சட்டமானது. இதன் மூலம் தேவதாசிகள் திருமணம் செய்துகொள்ள சட்டப்பூர்வமான உரிமை கிடைத்தது.

தேவதாசி முறையில் இருந்து விடுவிக்கப்பட்ட பெண்கள் தங்கிப் படிப்பதற்கு தமது வீட்டில் 'அவ்வை விடுதி' என்ற பெயரில், 1930இல் ஒரு விடுதியைத் தொடங்கினார், டாக்டர் முத்துலட்சுமி ரெட்டி. 1936-ல் இந்த இல்லம் மயிலாப்பூரில் ஒரு வாடகை இடத்துக்கு மாற்றப்பட்டு, பிறகு அடையாறுக்கு மாற்றப்பட்டது. முதலில் தேவதாசி முறையில் இருந்து விடுவிக்கப்பட்ட பெண்களுக்கு மட்டுமே என்று தொடங்கப்பட்ட இந்த விடுதி பிறகு அடைக்கலமும், கல்வியும் தேவைப்படும் எல்லாப் பெண்களுக்கும் என்று மாற்றப்பட்டது.[23]

மிகவும் சிறுவயதிலேயே பூப்படைவதற்கு முன்பு திருமணம் ஆகும் பெண்கள் வன்முறை உடலுறவின் காரணமாக மருத்துவரைச் சந்திக்க வரும் பெண்களுக்கு மிக கவனத்துடன் சிகிச்சை அளித்த டாக்டர் முத்துலட்சுமி, பெண்கள் ஊட்டச்சத்து குறைபாடு காரணமாக வலுவற்று இருப்பதாலும், முழு காலத்திற்கும் கருவை தாங்கிக் கொள்கின்ற அளவிற்கு அவர்களுடைய கருப்பை வலுவாக இல்லாத காரணத்தினாலும், பலமுறை கருக்கலைவினால் பெண்கள் ரத்த சோகையால் பாதிக்கப்படுவதையும் நினைத்து வேதனையடைந்திருக்கிறார். அத்தகைய பெண்கள் தொடர்ச்சியாக கர்ப்பமடைகிறபோது, பிரசவ நேரத்தில் இளம் பெண்கள் 12-13 வயதில் இறந்து போகிறார்கள். ஆனால் அவர்களின் கணவன் வேறு திருமணம் செய்து கொள்வது தொடர்ந்துகொண்டே இருந்தது.

---

23 https://worldtamilforum.com/historical_facts/muthulakshmi-reddy-history/.

தன்னுடைய 40 வயதுக்குள் மூன்று மனைவியை இழந்து விட்ட ஒரு கணவன், நான்காவதாக 12 வயது சிறுமியை திருமணம் செய்து கொண்டு வந்திருக்கிறார். அந்தப் பெண்ணும் பூப்படையாத பெண்தான். எனவே, அந்தப் பெண்ணின் கணவனிடம் பொறுத்திருக்கும்படி முத்து லட்சுமி ரெட்டி கேட்டுக்கொண்டார். ஆனால் அவன் அதற்கு இணங்காததால் அப்பெண்ணும் பிரசவத்தில் இறந்து போனார். இவையெல்லாம் டாக்டர் முத்துலட்சுமி வாழ்வில் மிகப்பெரிய தாக்கத்தை ஏற்படுத்தியிருக்கிறது. இவற்றையெல்லாம் மாற்ற வேண்டும் என, அதற்காக போராடுவதற்கு தன்னை எப்போதுமே தயார்படுத்திக் கொண்டு வந்தார் டாக்டர் முத்துலட்சுமி ரெட்டி.[24]

டாக்டர் முத்துலட்சுமி ரெட்டி அவர்கள் கொண்டு வந்த குழந்தைத் திருமண தடை சட்டமானது, 28.09.1929 அன்று இந்திய இம்பீரியல் லெஜிஸ்லேடிவ் கவுன்சிலில் நிறை வேறியது. அது 01.04.1930 அன்று இந்தியா முழுவதற்கும் நடைமுறைக்கு வந்தது. இந்த மசோதாவை ஆதரித்த 'ஹர் பிலாஸ் சார்தா'வின் பெயரால் அது 'சார்தா மசோதா' என்று அழைக்கப்படுகிறது.[25] மேலும் டாக்டர் முத்துலட்சுமி ரெட்டி மற்றும் பெண்கள் அமைப்பினரால் கொடுக்கப்பட்ட அழுத்தங்களைத் தொடர்ந்து 28.09.2029 அன்று இம்பீரியல் கவுன்சிலில் பெண் குழந்தைகளுக்கான திருமண வயது 14 ஆகவும், ஆண்களுக்கான திருமண வயது 18 ஆகவும் உயர்த்தப்பட்டது. பின் நாட்களில் அது பெண்களுக்கு 18 என்றும் ஆண்களுக்கு 21 என்றும் உயர்த்தப்பட்டது.

அதே போன்று 1920ஆம் ஆண்டு வாக்கில் 'இந்திய மகளிர் சமாஜம்' என்கின்ற பெயரில் பெண்களுக்கான இலலம ஒன்றினையும், குழந்தைகளுக்கான ஆதரவு மையம் ஒன்றையும், ஆதரவற்றா குழந்தைகளுக்கான ஆதரவு மையம் ஒன்றையும் மயிலாப்பூரில் நிறுவினார் டாக்டர்

---

24 *S. Muthulakshmi Reddy, Autobiography of Dr S. Muthulakshmi Reddy, p. 133.*

25 *V. R. Devika, op. cit., p. 98-99*

முத்துலட்சுமி ரெட்டி. ஓராண்டிற்குள் 92 குழந்தைகள் அந்த மையத்துக்கு கொண்டுவரப்பட்டார்கள் என்றால், அன்று அனாதை குழந்தைகளின் நிலை எவ்வாறு இருந்தது என்பதை நம்மால் புரிந்து கொள்ள முடியும்; யூகித்து அறிந்துகொள்ள முடியும்.[26]

அதே காலகட்டத்தில், இளம் பெண்கள் கடத்தப்பட்டு பாலியல் ரீதியாக பயன்படுத்தப்படுவது வாடிக்கையாக இருந்தது. அவ்வாறு இளம் பெண்கள் கடத்தப்படுவதை தடுப்பதற்கான மசோதா ஒன்றினை 1928ஆம் ஆண்டு டாக்டர் முத்துலட்சுமி ரெட்டி அவர்கள் சட்டசபையில் கொண்டு வந்தார். அதன் அடிப்படையில் 1932ஆம் ஆண்டு இளம் பெண்கள் கடத்தப்படுவதை தடுப்பதற்கான ஒரு சிறப்புச் சட்டம் இயற்றப்பட்டது.[27]

டாக்டர் முத்துலட்சுமி ரெட்டியின் சமகாலத்தில் வாழ்ந்த பெண்ணிய விடுதலைப் போராளி தான் குரியேடத்து தாத்ரிக்குட்டி. அவளுடைய போராட்டக் களம் என்பது பெண்ணிய விடுதலைக் களத்தில் டாக்டர் முத்துலெட்சுமி ரெட்டியைப் போல, சாவித்ரிபாய் புலேவை போல மிகவும் பரந்துபட்ட அளவிலானது அல்ல. பெண் விடுதலைக் களத்தில் அவருடைய இலக்கு என்பது ஒற்றையாக இருந்தது. அது ஒட்டுமொத்த ஆணாதிக்கத்தை தலைகீழாக கவிழ்த்து போடுவது என்பதாகும். அதற்காக பல்வேறு வகைகளில் தன்னை தயார்ப்படுத்திக் கொண்டு, அவள் அந்த களத்திலே வீரச் சமர் புரிந்தாள். அதன் விளைவாக கேரள மண்ணில் மிக ஆழமாக நம்பூதிரி பிராமணர்கள் மத்தியில் நிலவி வந்த ஆணாதிக்க – மேலாதிக்கத்தை அவள் எண்ணியது போலவே தகர்த்தெறிந்தாள்.

தாத்ரிக்குட்டி, அவள் வாழ்ந்த காலத்தில் கேரளத்தில் திருமண பந்தம் என்பது மிகவும் மோசமானதாக இருந்தது. 12 வயது பெண்ணை 60 வயதுக்கும் மேற்பட்ட, ஏன் 90

26 *V. R. Devika, p. 76-77.*
27 *V. R. Devika, p. 98*

வயதுக்கு மேற்பட்ட ஆண்களுக்கு திருமணம் செய்து கொடுக்கின்ற வழக்கம் இருந்தது. திருமணம் ஆகி ஓரிரு மாதத்தில் அல்லது சில வருடத்தில் அந்த ஆண் இறந்து போனால் அப்பெண் வாழ்நாள் முழுவதும் மிக மோசமான சித்ரவதைகளுக்கும், குடும்ப வன்முறைகளுக்கும், பாலியல் சுரண்டலுக்கும் ஆளாக வேண்டும்.

தாத்ரிக்குட்டியின் வாழ்க்கையில் அவளுடைய தந்தை, அவளுடைய கணவன், அவளுடைய சகோதரன், தனது கணவனின் அண்ணன் என பலராலும் பாலியல் சுரண்டலுக்கு உள்ளாக்கப்பட்டு இருக்கிறாள். இப்படியான பாலியல் துன்புறுத்தல்களுக்கும், பாலியல் சீண்டல்களுக்கும் உள்ளாக்கப்படுகிறவர்கள் வெளியே சொல்ல முடியாத நிலைமைதான் அன்றைக்கு கேரள நம்பூதிரி குடும்பங்களில் இருந்திருக்கிறது. இவை அனைத்திற்கும் எதிராக ஒற்றைப் பெண்ணாக எதிர்த்துப் போராடி இருக்கிறார் தாத்ரிக்குட்டி.

தாத்ரிக்குட்டியினுடைய இப்போராட்டங்களை வேறு எவரோடும் ஒப்பிட முடியாது. ஏனென்றால், டாக்டர் முத்துலட்சுமி ரெட்டிக்குப் பின்னால் திராவிட இயக்க மிருந்தது. சாவித்ரிபாய் புலேவுக்கு பின்னால் அவருடைய கணவர் ஜோதிராவ் புலே இருந்தார். ஆனால், வழி காட்டவோ, துணை நிற்கவோ, பின்னின்று இயக்குவதற்கோ யாருமே இல்லாத ஒரு களத்தில், ஒற்றை ஆளாய் நின்று சமர் புரிந்து, கேரளா நம்பூதிரி பிராமணர்கள் மத்தியிலும் அவர்களோடு தொடர்பில் இருந்த மற்ற சமூகத்தாரின் மத்தியிலும் இருந்த ஒட்டுமொத்த ஆணாதிக்க சிந்தனைக்கும், செயல்பாடுகளுக்கும் வேட்டு வைத்தவர்தான், இந்த தாத்ரிக்குட்டி.

தாத்ரிக்குட்டியின் பார்வையில் அவளின் இந்தக் கலகம் என்பது, இவ்வளவுதான் "ஆண்களிடம் இருந்து நமக்கு சுதந்திரம் தேவையில்லை, நான் ஒரு பெண்ணியவாதியும் இல்லை. மாறாக, நமது வரம்புக்குட்பட்ட சிந்தனையிலிருந்து நமக்கு விடுதலை வேண்டும்".[28]

28 Alankot Leelakrishnan, "The Rebellion of the Female Body, 29 Jul 2013.

ஆக, இந்த மூன்று மாபெரும் போராளிகளின் வாழ்க்கை யையும் அவர்களுடைய செயல்பாடுகளையும் ஒப்பு நோக்குகிற பொழுது அவர்களுடைய போராட்டக் களத்தின் நீள - அகலங்கள் வெவ்வேறாக இருந்தாலும்கூட அவர்கள் மூவருமே எவரும் எதிர்க்கத் துணியாத, எதிர்க்க முடியாத சாதிய, சமூக, பழமைவாதச் சட்டங்களுக்கு எதிராகப் போராடி இருக்கிறார்கள்.

ஒவ்வொரு நாளும் அடுக்களையிலும், குடும்பங்களுக் குள்ளும் மூச்சு விட முடியாமல் திணறிக் கொண்டிருந்த பெண்கள், பாலியல் வன்கொடுமைகளாலும், குடும்ப வன்முறைகளாலும் சொல்லொண்ணாத் துயரங்களை அனுபவித்து வந்த அப்பெண்கள், தங்கள் குறைகளை, கஷ்டங்களைப் போக்க யாரேனும் வரமாட்டார்களா..? என்று தவித்துக் கொண்டிருந்த பெண்கள், தங்கள் குறை களை வெளியே சொல்ல முடியாமல் ஏங்கிக் கொண்டிருந்த அபலைகள், இப்படிப்பட்ட பெண்களின் வாழ்க்கையில் மீட்பர்களாக வந்தவர்கள்தான் சாவித்ரிபாய் புலேவும், டாக்டர் முத்துலட்சுமி ரெட்டியும், குரியேடத்து தாத்ரிக்குட்டியும்.

சாவித்ரிபாய்க்கு திருமணம் நடக்கிறபோது வயது 10. தாத்ரிக்குட்டிக்கு திருமணம் நடக்கிற போது வயது 12. ஆக, இவ்விருவருமே பால்ய விவாகத்தால் பாதிக்கப்பட்டவர்கள் தான். டாக்டர் முத்துலட்சுமி ரெட்டிக்கு இளம் வயதிலேயே திருமணம் நடத்தி வைக்க வேண்டும் என அவளது தாயார் விரும்பினார். ஆனால், கல்வியில் படு ஆர்வமாக இருந்த தால், தன் தந்தையின் ஆதரவோடு அத்திருமணத்திலிருந்து தப்பித்துக் கொண்டார், டாக்டர் முத்துலட்சுமி ரெட்டி. அண்ணல் அம்பேத்கருக்கு சத்ரபதி சாகு மகாராஜா கிடைத்தது போல, முத்துலட்சுமி ரெட்டிக்கு புதுக்கோட்டை சமஸ்தான மன்னர் ராஜ மார்த்தாண்ட பைரவ தொண்டைமான் கிடைத்தார். முத்துலட்சுமியின் மருத்துவ

படிப்பிற்காக மாதம் 50 ரூபாயும், புத்தகங்கள் வாங்கிக் கொள்ள 180 ரூபாயும் வழங்குவதற்கு அவர் அனுமதி அளித்தார்.[29]

சாவித்ரிபாய் புலே பால்ய விவாகத்தால் பாதிக்கப்பட்டு, திருமணத்திற்குப் பிறகு குடும்பத்தாரின் மிகக் கடுமையான தடைகளையெல்லாம் மீறி கல்விப் பெற்றவர். தாத்ரிக்குட்டி பால்ய விவாகத்தை எல்லாம் தாண்டி, பாலியல் ரீதியான வன்கொடுமைகளுக்கும், துன்புறுத்தல்களுக்கும் ஆளானவர். ஆனால், இருவரும் அதை தமக்கு நேர்ந்ததை விதியாக கருதாமல் தமக்குப் பிறகான பெண்கள் சமூகம் இத்தகைய கொடுமைகளை அனுபவிக்கக் கூடாது என்று சிந்தித்தார்கள், அதற்காக போராடினார்கள், வென்று காட்டினார்கள். இவைதான், அவர்களை இந்திய வரலாற்றில் தனித்துவமான பெண்மணிகளாக ஆக்கியிருக்கிறது.

சாவித்ரிபாய் புலே, டாக்டர் முத்துலட்சுமி ரெட்டி மற்றும் குரியேடத்து தாத்ரிக்குட்டி இம்மூவரின் வாழ்க்கை சரிதத்தை, போராட்டங்களைப் படிக்கின்ற ஒவ்வொருவரும் புரிந்துகொள்ள வேண்டியது யாதெனில், இந்திய சமூகத்தில் பெண்களின் விடுதலைக்கான பாதை என்பது எவ்வளவு கரடு முரடானதாகவும், சாத்தியமற்றதாகவும், துன்பம் தருவதாகவும், எதிர்ப்புகள் நிறைந்ததாகவும் இருக்கிறது, என்பதுதான். இம்மூவரின் வாழ்க்கை சரித்திரம் நம்மை பிரமிக்க வைப்பதாகவும், நம்மை பெண்களுக்காக போராடத் தூண்டுவதாகவும், மறுபுறம், அநீதிக்கெதிராக பீறிட்டு எழாத நம்மை கையாளாகாதவர்களாக, கோழை களாகவும், எட்டி நின்று கைக்கொட்டி சிரித்து, எள்ளி நகை யாடுகிறது. அந்த ஏளனத்தில் இருந்து விடுபட விரும்பு கின்ற ஒவ்வோர் ஆணும், பெண்ணிய விடுதலைக் களத்தில் நிற்பது தவிர்க்க முடியாததாகும்.

29 *Gopalkrishna Gandhi, Ed. Pudukkottai Tamil Nadu Gazetteers, Preface.*

10

தாத்ரி சில அவதானிப்புகள்

உலகெங்கும் ஆணினம் பெண்கள் மீது வெளிப்படையான கட்டுப்பாடுகளை ஏற்படுத்திக் கொண்டு, அவர்களை அடிமைப்படுத்தி வைத்திருந்த வரலாறுகளை நாம் பார்க்கின்றோம். கேரளாவில் நம்பூதிரிகள் சமூகத்தில் அந்தர்ஜனம் என்று அழைக்கப்பட்ட பெண்களின் மேல், நம்பூதிரி ஆணாதிக்க கட்டமைப்பபானது வரதட்சணை, கோஷா முறை, பலதார முறை, குழந்தை திருமணம், மறக்குடை, கல்வி மறுப்பு என்று நம்பூதிரி சமூகப் பெண்கள் மூச்சு விடவே முடியாத அளவுக்கு, அவர்களை நசுக்கி வந்ததை வரலாற்றினூடே நம்மால் அறிய முடிகிறது. இவை அத்தனையையும் கேள்விக்கு உட்படுத்தியவள்தான் தாத்ரிக்குட்டி.

தாத்ரிக்குட்டி வெறுமனே தன்னுடைய காம இச்சைகளை தீர்த்துக் கொள்வதற்காக பல ஆண்களை தேடிச் சென்றவள் அல்ல. மாறாக, நம்பூதிரி பெண்களின் மீது சுமத்தப்பட்டிருந்த ஒட்டுமொத்த ஆணாதிக்க சுரண்டல்களையும் அம்பலப் படுத்த வீறுகொண்டு எழுந்தவள். அவளின் எண்ணக் குகையில் குமுறி வெடித்தெழுந்த சிந்தனையின் விளைவு தான் அவள் முன்னெடுத்த மாபெரும் கலகமாகும்.

1905 ஆம் ஆண்டு தாத்ரிக்குட்டியின் ஸ்மார்த்த விசாரம் நடந்தேறியது. அதனைத் தொடர்ந்து அவளுடன் தொடர்பில் இருந்தவர்கள் சமூகத்திலிருந்து விலக்கப் பட்டார்கள். அவர்கள் ஊர்களில் இருந்து வெளியேறி, காலத்தில் இருந்து கரைந்தே போனார்கள். ஆனால், தாத்ரி மட்டும் என்றும் நிலைபெற்று இருக்கிறாள். ஒரு பக்கம் நம்பூதிரி ஆணாதிக்க சமூகத்தின் வேர்களைப் பிடுங்கி எறிந்தவளாக பெண்ணினத்தாலும், முற்போக்குவாதி களாலும் கொண்டாடப்படுகிறாள். மறுபக்கம், அவள் மிகவும் இழிந்த தாசியாக பார்க்கப்படுகிறாள்.

தாத்ரிக்குட்டிக்கு எதிரியிடையாக அவளையே நிறுத்தும் அவலத்தை ஆணாதிக்கவாதிகள் அறங்கேற்றினார்கள். கேரள சமூகத்தில் அவள், வெறுமனே பழமைவாத நம்பூதிரிகளின் ஆணாதிக்க நிலைகளை மட்டும் தகர்த்தெறிய வில்லை. மாறாக, கேரள சமூகத்தில் மிகப்பெரும் முற் போக்காளர்கள் உருவாவதற்கும், பிற்காலங்களில் மிகவும் சமூக எழுச்சி நிறைந்த ஒரு சமூகமாக கேரள சமூகத்தை மாற்றி அமைப்பதிலும் மறைமுக பங்காற்றி இருந்தாள் தாத்ரிக்குட்டி.

கேரள சமூக வரலாற்றில் தாத்ரிக்குட்டி பெண்களின் விடுதலைக்கான மிகப்பெரும் திருப்புமுனையாகத் தன்னைப் பதிவு செய்கிறாள். தனக்கு நேர்ந்த கொடுமையை எதிர் கொண்டு, எப்படியேனும் பழி வாங்கிவிட வேண்டும் என்று மட்டும் குறுக்கி பார்க்காமல், இந்த அமைப்பு அனைத்துப் பெண்களுக்கும் எதிரானதாக இருக்கிறது. எனவே, இந்த ஆணாதிக்கக் கட்டமைப்பை உடைக்க வேண்டும் என்பதற்காக தன்னுடைய உடலையே அதற்கு ஆயுதமாக்கி, சமூகத்தை கேள்வி கேட்க வேண்டும், பெண் களை வெறும் பாலியல் பண்டமாக மட்டுமே அணுகும் அத்தகைய ஆண்களுக்கு தண்டனை கிடைக்கவேண்டு மெனவும் உறுதிப் பூண்ட தாத்ரிக்குட்டியினுடைய போராட்டம் என்பது வெற்றி பெற்றது. தாத்ரிக்குட்டி

போன்ற பல பெண்களுடைய தியாகம்தான் இன்றைக்கு பெண்கள் ஓரளவுக்கேனும் தலைநிமிர்ந்து வாழ்வதற்கு ஒரு வாய்ப்பாக மாறி இருக்கிறது.

ஒரு நம்பூதிரி குடும்பப் பெண்ணானவள், தன் அப்பாவிற்கு, சகோதரனுக்கு, நண்பனுக்கு, கணவனுக்கு, குருவிற்கு என அனைவருக்கும் இரையாக வேண்டும். அது தான் அன்றைய நம்பூதிரி குடும்பப் பெண்களின் நிலையாக இருந்தது. ஒரு பக்கம் நம்பூதிரி குடும்ப ஆண்களின் காமப் பசிக்கு இரையாக வேண்டும். மறுபக்கம் குற்ற விசாரணை என்னும் பெயரில் சொல்லொண்ணாத் துயர்களை அனுபவிக்க வேண்டும். பெண் உடலுக்கு வெறும் சதையின் மதிப்பை மட்டுமே அளித்த ஆணாதிக்கச் சமூகத்துடன் அதே சதையை மட்டுமே மூலதனமாகக் கொண்டு எதிர்வினைப் புரிந்து மாபெரும் வரலாறு ஆகிப் போனாள், தாத்ரிக்குட்டி.

பொதுவாக பாலியல் சீண்டல்களுக்கும், பாலியல் சுரண்டலுக்கும், பாலியல் வன்கொடுமைகளுக்கும், உள்ளான பெண்கள் தங்களுக்கான நீதியை பெறுவதற்காக நீதிமன்றங்களை அணுகுவது மிகவும் குறைவாகவே காலம் தொட்டு இருந்து வந்திருக்கிறது. தங்களுடைய பெயருக்கும், தம்முடைய குடும்ப புகழுக்கும் களங்கம் ஏற்படும் என் றெண்ணி, அனைத்து விதமான பாலியல் சுரண்டல்களி லிருந்தும் அவர்கள் தங்களுக்கான நீதியை பெறுவதற்கான முயற்சிகளை தொடர்ச்சியாக தவிர்த்து வந்திருக்கிறார்கள். ஆனால், தாத்ரிக்குட்டி தனக்கு ஏற்படப் போகிற எந்த விதமான களங்கம் குறித்தும் கவலைப்படவில்லை, அப்பாவி அந்தர்ஜனங்களிடமிருந்து மிகவும் வித்தியாசமான வளாக அவள் இருந்தாள்.

அவளுக்கு இருந்தது ஒற்றை இலக்கு மட்டும்தான்; அதை நோக்கிய முனைப்பு மட்டும்தான். எப்படியேனும் இந்த அடக்குமுறை சட்டத்தை அம்பலப்படுத்த வேண்டும். மேலும், இந்த அடக்குமுறை சட்டத்தை சுக்கு நூறாக

உடைத்தெறிய வேண்டும். எனவே, தன்னுடைய ஸ்மார்த்த விசாரத்தில் எதைக் குறித்தும் கவலை கொள்ளாமல், தன்னைச் சுற்றி ஆண்கள் நின்றுகொண்டு, தன்னுடைய அந்தரங்கங்களைப் பற்றி கேள்வி கேட்கிறார்களே, என்பதைப் பற்றியெல்லாம் எந்த விதமான கவலையும் கொள்ளாமல், அவர்களின் அனைத்து கேள்விகளுக்கும் நேரடியான பதிலை தந்தாள். யாரை சந்தித்தேன்? எங்கே சந்தித்தேன்? எத்தனை மணிக்கு சந்தித்தேன்? அவர் யார்? அவருடைய குடும்பப் பெயர் என்ன? புகழ் என்ன? அவர் எந்த நிலையில் இருந்து வந்தவர்? அவருடைய அங்க அடையாளங்கள் என, அனைத்தையும் மிகத் தெளிவாக ஸ்மார்த்த விசாரக் குழுவின் முன் வைத்தாள், காரணம் அவள் அந்த அடக்குமுறை சட்டத்தை ஒழிப்பதில் மிகத் தீவிரமாக சிந்தித்து இருந்தாள்.[1]

தாத்ரிக்குட்டி தன்னைத்தானே செதுக்கி கொண்டாள். தன்னைத்தானே செதுக்கும் அந்த முயற்சியில், கடந்த கால அந்தர்ஜனங்களின் மேல் படிந்திருந்த கலாச்சார சட்டங் களையெல்லாம் தகர்த்தெறிந்தாள். சாதி அவர்களின் மீது திணித்த இழிவுகளை எல்லாம் துடைத்தெறிந்தாள். ஆணாதிக்கம், அவர்கள் மேல் திணித்திருந்த புழுக்கமான நடைமுறைகளையெல்லாம் கடந்தாள். மொத்தத்தில் அவள் உருமாறி இருந்தாள், வருங்கால பெண்களின் விடுதலைக்காக அவள் தன்னைத்தானே அழித்துக் கொண்டிருந்தாள். இறுதியில், தாத்ரிக்குட்டி ஒரு பெண்ணிய போராளியாக உருவெடுத்து நின்றவள், இந்த நிலையை எட்டுவதற்காக தன்மீது வரப்போகின்ற அனைத்து பழிச்சொற்களையும் எதிர்கொள்ள தயாராக இருந்தாள்.

அவள் திட்டமிட்டாள், செயல்படுத்தினாள், கடைசியில் வரவிருக்கும் அந்த ஒரு நாளுக்காக கவனத்துடன் எதிர்பார்த்துக் காத்துக் கிடந்தாள். அவள் ஒற்றை இலக்கை மட்டும் மனதிற்கொண்டு திடமாக முன் நகர்ந்தாள், சிறிதும்

---

1 ஆலங்கோடு லீலா கிருஷ்ணன், p.32

மனிதநேயமற்ற, கொடூர ஆணாதிக்க சட்டங்களை உடைத்து எறிவது மட்டும்தான் அது.

குரியேடத்து தாத்ரியை தைரியமானவள், தந்திரமானவள், முரட்டுத்தனமானவள், கீழானவள் என்று எப்படியாக வேண்டுமானாலும் அவளை அழைத்துக் கொள்ளலாம். ஆனால், அவள் தான் முதன் முதலில் கலகம் செய்தாள். இந்த அழகான நம்பூதிரி அந்தர்ஜனம்தான், அநியாயமான ஆண்மேன்மை; பெண்களின் தேவைகள் மற்றும் ஆசைகளை எவ்வாறு ஒடுக்குகிறது என்று சமூகத்தின் கவனத்தை ஈர்க்க தனது உடலைப் பயன்படுத்த முடிவு செய்தாள்.

குரியேடத்து தாத்ரிக்குட்டியின் விசாரணைக்குப் பிறகு, கேரளத்தில் ஸ்மார்த்த விசாரம் நடைமுறைத் தனது முடிவுரையை எழுதிக் கொண்டது (மற்றுமொரு ஸ்மார்த்த விசாரம் 1916இல் செய்யப்பட்டதாக பதிவுகள் காட்டு கின்றன). அவளுக்குப் பிறகு நம்பூதிரிப் பார்ப்பனர் சமூகத்தின் உள்ளேயும் வெளியேயும் இருந்து பெண்களுக்கு எதிராக பின்பற்றப்பட்ட அடக்குமுறை பழக்கவழக்கங்களுக்கு எதிராக பெரும் கூக்குரல்கள் எழுந்தன, சீர்திருத்த யுகம் வந்துகொண்டிருந்தது.

தாத்ரிக்குட்டி தன் புரட்சியின் மூலமாக இந்தச் சமூகத் துக்கு வெளிப்படுத்தியது ஒன்றுதான் - அதாவது, ஒரு பெண் மட்டும் தனித்து வேசி ஆகி விட முடியாது, அதில் ஆண்களும் பங்கெடுக்கிறார்கள். ஆனால் பெண்கள் மட்டுமே ஒடுக்கப்படுகிறார்கள். 'காவுங்கல் சங்கரப் பணிக்கரால் ஒரு கட்டத்திற்கு மேல் தன் இயல்பு வாழ்க்கைக்குத் திரும்ப முடிந்தது. ஆனால், தாத்ரிக்குட்டியால் அவ்வாறு திரும்ப முடியவில்லை'. வரலாற்றில் தாத்ரிக்குட்டி தன் எதிர்ப் புரட்சியாளர்களின் மத்தியில், அவர்களின் பார்வையில் ஓர் இழிந்த வேசியாக மட்டுமே இன்றும் திகழ்கிறாள். தாத்ரிக்குட்டியை குறித்து நாம் சரியாக மதிப்பிட வேண்டும் என்றால் அவளை; நோக்கமும், விவேகமும், ஆற்றலும், செயலூக்கமும் நிறைந்த பெண்ணாக இருந்தாள் என்று மதிப்பிடலாம்.

தாத்ரிக்குட்டியின் இந்தக் கலகம் தெரிந்தோ, தெரியாமலோ ஒரு கலாச்சார மாற்றத்தைக் கொண்டு வந்திருக்கிறது. "ஆலங்கோடு லீலா கிருஷ்ணன், அவள் அந்த வழியை ஏன் தேர்ந்தெடுத்தாள் என்று, அவள் பிறந்த ஊர், புகுந்த ஊர் என எல்லா இடங்களுக்கும் சென்று அலசுகிறார்". அவள் உடல் அவளுக்கு ஓர் ஆயுதமாகிறது. அதை அவள் எவ்வளவு பயன்படுத்த முடியுமோ அவ்வளவு பயன்படுத்து கிறாள். அவள் எப்போது அவசியம் என்று நினைத்தாளோ, அப்போது தன் மீதான ஸ்மார்த்த விசாரத்தை நடத்த வைக்கிறாள். ஆணாதிக்கத்தின் உச்சியில் இருந்த ஒரு சமூகத்தை அதன் வழியிலேயே சென்று, அதன் கொடூர முகத்திரையை கிழித்தெறிகிறாள். அன்றைய ஆணாதிக்கச் சமூகத்தின் மீது எவ்வளவு வெறுப்பு இருந்திருந்தால், இதைச் செய்திருப்பாள் என்று தோன்றாமல் இல்லை. ஆனால், அந்த முகம் தெரியாத பெண் தான், கேரளப் பெண்ணியக் கத்தின் முதல் போராளியாக தன் குரலை வரலாற்றில் பதிவு செய்கிறாள்.

இங்கே தாத்ரிக்குட்டிக்கு ஆதரவாக பேசியவர்கள் மற்றும் தாத்ரிக்குட்டியை தூஷித்தவர்கள் என எல்லோரும் வசதியாக மறந்து விட்ட விஷயம் ஒன்று இருக்கிறது. அது என்னவென்றால் 65, அல்லது அதற்கும் மேற்பட்ட ஆண் களுடன் தொடர்பில் இருந்ததாகக் கூறப்படுகிற தாத்ரிக் குட்டி ஏன் கர்ப்பம் தரிக்கவே இல்லை, என்பதுதான். அதேவேளை, அவள் தன் சாதியிலிருந்து விலக்கப்பட்ட பிறகு வேறு ஒரு திருமணம் செய்துகொண்ட பின், அவளுக்கு மூன்று குழந்தைகள் இருந்ததாக தகவல்கள் கிடைக்கின்றன.

'தாத்ரிக்குட்டி வாழ்ந்த காலமோ குடும்ப கட்டுப்பாடு, பெண் கருவுறுவதை தடுப்பதற்கான சாதனங்கள், இவற்றைக் குறித்து எல்லாம் பிரக்ஞையே இல்லாத ஒரு காலகட்டமாகும். ஆனால், 65 ஆண்களுடன் உறவில் இருந்ததாகக் கூறப்படும் பெண்ணொருவள் ஏன் கற்பமே ஆகவில்லை என்கின்ற

செய்தி நம்மை யோசிக்க வைக்கிறது. இந்த இடம் நாம் அனைவரும் தவறவிட்ட இடம் என்பதை மறுப்பதற்கில்லை'.

தாத்ரிக்குட்டி தன்னுடைய போராட்டத்திற்கு தன் சகாக்களை தயார் செய்தாள். தான் திருமணம் செய்து வாழ்ந்த இடத்திலேயே, தன் கணவனின் அத்தையாரை-யும் அதற்கு உடந்தையாக தயார் செய்தாள். தன்னுடைய போராட்டத்தின் தொடர்ச்சியாக அவளுக்கு பின்பும் நம்பூதிரிகள் சமூகத்தில் தொடர் மாற்றங்கள் ஏற்படுத்து வதற்கான புரட்சிக்காரர்களையும் தனது கலகத்தின் மூலம் உருவாக்கினாள். தாத்ரிக்குட்டியின் புரட்சிப் போராட்டத் தின் வெளிப்பாடு இவ்வாறாகத்தான் இருந்தது. அவளுக்குப் பிறகு வீ.டி. பட்டத்திரிபாடு, இ.எம்.எஸ். நம்பூதிரிப்பாடு போன்ற புரட்சிகர, சமூக சீர்திருத்தங்களை வலியுறுத்துகிற தலைவர்கள், நம்பூதிரி குடும்பங்களில் இருந்து பிறந்து வருவதற்கான தொடக்க புள்ளியை போட்டவள் தாத்ரிக் குட்டிதான் என்பதை வரலாற்றில் எவராலும் மறுக்க முடியாது.

தாத்ரிக்குட்டியின் தைரியம், பெண்களின் அடிமை நிலை, அது எப்போதும் அப்படியே இருக்க வேண்டியதில்லை என்பதை பெண்களுக்குத் தெரியப்படுத்துவதற்குப் போதுமானதாக இருந்தது. மாற்றத்திற்கான ஒரு கருவியாக தான் அனுபவித்த அடக்குமுறைகளை, தனது சொந்த அனுபவங்களைக் கொண்டு, அந்த நேரத்தில் ஒரு பிராமண ஆண் என்றால் மேன்மையானவன் என்ற கற்பிதங்களையும், எண்ணத்தையும் அவள் சிதைத்தாள். ஒரு பிராமண ஆண் எல்லோருக்கும் மேலாக வாழும் கடவுள் போன்ற உருவம் அல்ல. மாறாக, சமூகத்தை மிகவும் சீரழிவுக்கு ஆளாகக்கூடிய ஒருவன் என போட்டுடைத்தாள். அந்த நேரத்தில், கேரள சமூகத்தில் ஆழமாக, கிட்டத்தட்ட 1400 ஆண்டுகள் பழமையான, தொடர்ச்சியாக நிலை பெற்றிருந்த புராதன சமூக சட்டமான இந்த ஸ்மார்த்த விசாரத்தை (விசாரணை), அதே நம்பூதிரி பிராமண சமூகத்தின் உள்ளிருந்தே

தகர்த்தெறியும் ஆற்றல் மிகுந்த வெப்ப சூரியனாய் வெளிப்பட்டாள்.

'சாவித்ரிபாய் புலே, டாக்டர் முத்துலட்சுமி ரெட்டி, குரியேடத்து தாத்ரிக்குட்டி, இவர்கள் மூவரும் தலைசிறந்த பெண்ணியவாதிகள் தான். பெண்கள் சமூகத்தின் விடுதலைக்காக தங்களை முழுவதும் அர்ப்பணித்துக் கொண்டவர்கள் தான், ஆனால் சாவித்ரிபாய் புலேவிற்கும், டாக்டர் முத்துலட்சுமி ரெட்டிக்கும், கிடைக்காத ஒரு பெருமை தாத்ரிக்குட்டிக்கு உண்டு. அது என்னவென்றால், சாவித்ரிபாய் புலே எதற்கெதிராகப் போராடினாரோ, டாக்டர் முத்துலட்சுமி ரெட்டி எதற்கெதிராக போராடி னாரோ, அவற்றின் மிச்ச சொச்சங்கள் இன்றும் சமூகத்தில் நிலைத்திருக்கின்றன. ஆனால் தாத்ரிக்குட்டி மட்டும்தான், தன் இலக்கில், இன்றைய நிலையில் முழு வெற்றி பெற்ற வளாகத் திகழ்கிறாள். அவள் ஒரு வெற்றி வீராங்கனையாக, தன்னுடையப் போராட்டத்தில் முழு வெற்றி பெற்றவளாக வரலாற்றில் மிக கம்பீரமாக நிமிர்ந்து நிற்கிறாள்'.

தாத்ரிக்குட்டிப் போன்ற பல பெண்களின் தியாகத்தால், பெண்கள் இன்று பெற்றிருக்கக்கூடிய உரிமைகளையும், பெண்களுக்கு இன்று கிடைத்திருக்கக்கூடிய சுதந்திரத்தையும் கட்டிக் காப்பதும், பேணிக்காப்பதும், பெண்களுக்கு இருக்கக்கூடிய மிகப்பெரிய கடமையாகும். அதேவேளை, இந்நேரத்தில் பெண் சுதந்திரத்தையும், பெண்ணுரிமையையும் பேணிக்காப்பதில் பெண்களைவிட சனநாயக சக்திகளுக்கே கூடுதல் பொறுப்பிருக்கிறது என்பதனை உணர வேண்டியது மிக மிக அவசியமாகும்.

❖❖❖

உதவிய நூல்கள் மற்றும் இணையதளங்கள்

முதன்மை ஆதாரங்கள்:

1. William Logan, Malabar Manual: 1 In Two Volumes, Asian Edu. Services, New Delhi - Chennai, 2010.
2. News Letter, Regional Archives, Ernakulam.
3. Smarthante Theerumanavum Swaroopam Cholliyavarude Peru Viavaravum, 1905, Regional Archives, Ernakulam.
4. Gopalkrishna Gandhi (Ed.), Pudukkottai Tamil Nadu Gazetteers, Preface.
5. வட்ட சோமயாரத்து ஜாதவேதன் நம்பூதிரியின் அறிக்கை, ஸ்மார்த்த விசாரக் கோப்பு - எக்ஸ்டென்ஷன் 86, எண் - 8, அரசு பழைய ஆவண பாதுகாப்புத் துறை, எர்ணாகுளம்.

நூல்கள்:

1. Alankodu Leelakrishnan, Thathirikuttiyin Smartha Visharam, Sandhya publications, Chennai, 2012
2. Joseph J. Thayamkeril, Excerpts from; MEMOIRS - An autobiography, Kochi, Kerala, India.
3. P. Bhaskaranunny, Smarthavicharam, Sahithya sahakarana sangham, kottayam, 2000.

4. Pandiyath Sankara Menon, Cochin and Her Courts of Law (A Historical Survey), The Viswanatha Press, Ernakulam, 1937.
5. MP Basheer, Smarthan, Sooryanelli, Icecream: 3 kuttavicharanakal, current books, kottayam, 2005.
6. A. Madhavan, The Evolution of Judicial System in Kerala, Kerala Law Journal Vol. VII, The Mathrubhumi Printing and publishing Co Ltd, Calicut, 1963.
7. G. Sakkarapani, Pen Kalviyin Munnodi Savithribhai Phule, Karisal Pathippagam, Chennai, 2023.
8. V. R. Devika, Muthulakshmi Reddy, Kizhakku Pathippagam, Chennai, 2023
9. K. Sadasivam, Devadasi System in Medieval Tamil Nadu, Akani Veliyeedu, Chennai, 2011.
10. B. Jeevasundari, Muvalur Ramamirtham Vazhvum Paniyum (Tamil), Bharathi Puthakalayam, 2017.
11. K. S. Sarvani, Dr Muthulakshmi Reddy – Social Reformer Par Excellence (English), Today Publication, Chennai.
12. S. Muthulakshmi Reddy, Autobiography of Dr S. Muthulakshmi Reddy: A Pioneer Woman Legislator, M.L.J. Press, 1965.

ஆராய்ச்சிக் கட்டுரைகள்:

1. Vandhana Nair N, Re - Reading Smarthavicharam, International Journal of English Literature and Social Sciences, Vol - 6, Issue - 5, Sep - Oct, 2021, P.21.
2. Alankot Leelakrishnan, "The Rebellion of the Female Body, 29 Jul 2013.
3. [Fr. Pallath J. Joseph, WOMEN AND CASTE DISCRIMINATION: The Namboothiri-Dominated Period of Kerala Culture and Society, 16-08-2002]

4. Sharafunnisa KM, BODY OF ANTARJANAMS THROUGH FEMALE THE TRAILS OF THATHRI, "Knowledge Scholar", ISSN NO.2394-5362, volume: 07, Issue: 05, Sept. -Oct. 2020, P.23-29

பத்திரிகை செய்திகள்:

1. "Revisiting past worlds". The New Indian Express. Retrieved 9 January 2023."
2. "Revisiting a trial". The Hindu. 22 July 2010. ISSN 0971-751X. Retrieved 9 January 2023.
3. R. Sasisekhar, Theeyerinja Orma, Malayala Manorama Daily, 17 July 2016]
4. Arjun. M. Pisharodi, (23 September 2021). "Thatrikutty- The Patriarchy Smasher". Medium. Retrieved 9 January 2023.
5. Sethu, Divya (20 January 2021). "How an 18-YO Kerala Woman Dismantled A Notorious Caste-Based Ritual". The Better India. Retrieved 9 January 2023.
6. Who is the 65th partner? Say this name? |Malayalam News/". 5 January 2018. Retrieved 9 January 2023.
7. Sethu, Divya (20 January 2021). "How an 18-YO Kerala Woman Dismantled A Notorious Caste-Based Ritual". The Better India. Retrieved 9 January 2023.
8. What happened to Kuryedath Tatri and the sixty-four men after their expulsion, Mathrubhumi. Retrieved 9 January 2023.
9. "Kuriedath Tatri: Stories of Torture from Age 9 to 23, Glimpses of Smart Thought, Mathrubhumi, Retrieved 9 January 2023.
10. "Revisiting past worlds". The New Indian Express. Retrieved 9 January 2023."
11. Manu S. Pillai, (30 September 2017). "Manu S. Pillai on the woman who shook the imperfect world of Namboodiri men". The Hindu. ISSN 0971-751X. Retrieved 9 January 2023.

12. Chandwani, Vasudha (29 October 2020). "Thathri Kutty: The Woman Who Challenged Brahminism Through Her Sexuality | #IndianWomenInHistory". Feminism in India. Retrieved 9 January 2023.

13. "Thathri Kutty, The Woman Behind Women Liberation in Malayalam History". www.shethepeople.tv. Retrieved 9 January 2023.

இணையதள பக்கங்கள்:

- Poems by Savitribai Phule, Dr. Ambedkar books.com,03/01/2015.
- https://www.bbc.com/tamil/india-45003076.
- https://drambedkarbooks.com/2015/01/03/few-poems-by-savitribai-phule/
- https://tamil.samayam.com/viral-corner/omg/who-is-savitribai-phule-first-woman-teacher-of-india-and-reformist-feminist-history-in-tamil/articleshow/98407231.cms
- https://tamil.hindustantimes.com/amp/nation-and-world/singappenney-indias-first-woman-teacher-savitri-bhai-phule-131704195617773.html
- https://saravananagathan.wordpress.com/2019/01/03/remembering-savitribhai-phule/
- Wikipediahttps://ta.wikipedia.org › wiki ›
- https://www.bbc.com/tamil/india-53838329.
- https://worldtamilforum.com/historical_facts/muthulakshmi-reddy-history/.
- The Story of Kuriyedath Thathri and the end of the Smarthavicharam, Gods own trials, facebook page.
- https://sibipranav.blogspot.com/2013/01/blog-post_27.html?m=1

- Kuriyedathu thathriyude Smarthavicharam, Maddy's Ramblings, 23/07/2009 - https://maddy06.blogspot.com/2009/07/kuriyedathu-thathriyude-smartavicharam.html?m=1-
- Wikipedia; https://en.m.wikipedia.org/wiki/Kuriyedathu_Thatri
- https://quintessentiallyurs.wordpress.com/2013/12/17/a-peek-into-history-kuriyedathu-thathris-smarthavicharam/
- https://feminisminindia.com/2020/10/30/thathri-kutty-challenged-brahminism-sexuality/ - Thathri Kutty: The Woman Who Challenged Brahminism Through Her Sexuality |Indian Women In History.
- Joseph Thayamkeril - TRIAL OF CHASTITY OR 'SMARTHA-VICHARAM', Dec, 2015.- https://josephjthayamkeril.blogspot.com/2015/12/trial-of-chastity-or-smartha-vicharam.html?m=1
- https://www.thebetterindia.com/247515/kuriyedathy-thathri-kutty-dhathri-savitri-namboodiri-women-smarthavicharam-caste-bias-excommunication-gender-bias-kerala-history-matampu-kunukuttan-brushte-div200/-